युक्त्या कलात्मक फोटोग्राफीच्या

क्लिक ट्रिक

अर्चना देशपांडे-जोशी

डायमंड पब्लिकेशन्स

क्लिक ट्रिक
लेखक : अर्चना देशपांडे–जोशी
Click Trick
Lekhak : Archana Deshpande-Joshi

मुखपृष्ठावरील मॉडेल : धनश्री प्रधान–दामले

पुस्तकातील सर्व छायाचित्रे : अर्चना देशपांडे–जोशी

मुखपृष्ठ
शाम भालेकर

पहिली आवृत्ती : २०२२

ISBN : 978-93-91948-70-2

प्रकाशक
डायमंड पब्लिकेशन्स
२६४/३ शनिवार पेठ,
३०२ अनुग्रह अपार्टमेंट,
ओंकारेश्वर मंदिराजवळ,
पुणे–४११ ०३०
☎ ०२०–२४४५२३८७, २४४६६६४२
info@dpbooks.in

अक्षरजुळणी
मानसी घाणेकर

क्लिक ट्रिक – छायाचित्र कलेवरच सोप्प भाष्य

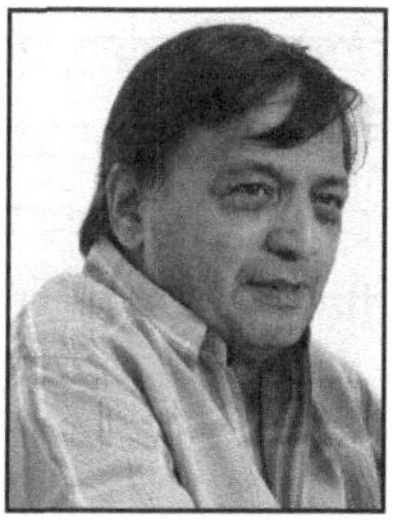

छायाचित्र कलेवर सोप्या मराठीत, सुंदर आणि नेमक्या शब्दात भाष्य करत वाचनीय केलेलं, अर्चना देशपांडे जोशी यांचं 'क्लिक ट्रिक' हे पुस्तक आहे. गाणी, चित्रं, कविता यांचा मुक्त वापर करत, छायाचित्र कलेच्या नानाविध छटा, या छोटेखानी पुस्तकात मांडल्या आहेत.

'छायाप्रकाशाचा खेळ म्हणजे प्रकाश रंगातून रंगलेली स्मरणचित्रे' असं म्हणत फोटोचं आठवणींशी निगडीत असलेल नातं सांगत, नमनालाच 'सावलीच्या छटा' फार छान मांडल्या आहेत.

फोटो कुठे कुठे असतो, हे मांडत, फोटोग्राफर चित्रकलेतून कल्पनेला आकार देतो, असं सांगत, रस्त्यावरून फिरणाऱ्या वाहनांकडे नीट निरखून बघा, त्यात विविध मानवी चेहरे-भाव दिसतात म्हणत, पुढे गमतीशीर टीपणी केलीय. ती अशी की, एस. टी. हिरमुसलेली, रिक्षा नाक उडवणारी, Ambasedor मोकळेपणाने हसणारी... काय नेमक भाष्य फोटोग्राफिक नजरेच!

'फोटो काढण्यापूर्वी गरज शोधक नजरेची' अस सांगत प्रवेशद्वाराच्या कमानीतून दिसणाऱ्या ताजमहालचं उदाहरण देत, तो फोटो बघायची उत्सुकता वाढवलीय. 'उसळत्या समुद्राला क्षितिजाची पार्श्वभूमी फोटोत नसेल तर भकास वाटेल.' ही टिप्पणी विविध कोनातून, आकारातून, Triangle कम्पोझीशन दिसणे, हा त्या फोटोग्राफरच्या कल्पनाशक्तीचा अविष्कार असतो. चित्रकारांनी काढलेल्या चित्राचे

अवलोकन करणे हे उत्तम फोटोग्राफी करण्यसाठी मार्गदर्शक ठरते. फोटो काढण्यापूर्वी, फोटो का काढत आहोत, कशाचा काढत आहोत, याचा विचार हवाच. फोटोग्राफीचा छंद ह्रदयातून जन्माला आला, विचारातून साकारला गेला तर, येणारा प्रत्येक फोटो मनाची सतार झंकारत जाईल, असे अप्रतिम मुद्दे अर्चनाने मांडलेत.

ऊन, पाऊस, वेळ, काळ याची फिकीर न करता थोडीशी सावधगिरी बाळगून आपण फोटो प्रवासाची तयारी केली तर अलिबाबाची गुहा उघडलीच म्हणून समजा. असं हे तिचं नेमक म्हणणं. स्थापत्य कला चित्र, कल्चरल फोटोग्राफी, बालक्षणाची फोटोग्राफी, Phototourism, मॉडेल फोटोग्राफर, असं सारं फोटो विश्व तिनं मांडलंय.

फोटोग्राफरला रंगांचे भान असणे, फोटोग्राफी करताना अनेक गोष्टींचं रूप वेगवेगळ्या स्वरूपात दाखवलं जाणं, फोटोक्राफ्टमध्ये दयाराम चावडा यांच्या 'violin' फोटोचं उदाहरण देणं, फोटो अत्रीतला मेहेंदी हसन उल्लेख, फोटोना कविता सुचणं, फोटोच्या वेगवेगळ्या वेळा, असे अनेक छायाचित्र कलेशी संबंधित रंग या पुस्तकात मांडले आहेत.

'ही चाल तुरुतरु, उडती केस भुरुभुरु' अशी कवितांची शीर्षके देत; लेख बोलके केलेत. अवघ्या पुस्तकात सुविचारांचा जरा अतिरेक केला आहे. असं हे फोटोंच बोलकं पुस्तक; फोटोत रस असलेल्यांनी मनात फोटो काढून ठेवावा, असं हे अर्चनाचं 'क्लिक ट्रिक'.

– श्री. सुधीर गाडगीळ

फोटो यंत्र, तंत्र, मंत्र... क्लिक ट्रीक...

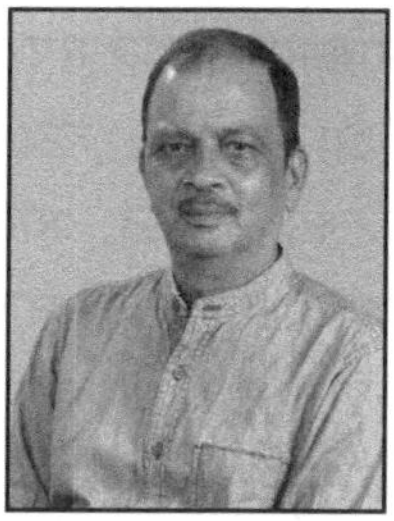

एका फोटोग्राफरला आपण सर्वश्रेष्ठ फोटोग्राफर असल्याचा गर्व झाला होता. त्याच्या जवळच रहाणारा सुतार त्याच्या गप्पा ऐकून जोरात हसत म्हणाला ''तुला फोटोग्राफीतला 'फ' पण माहीत नाही आणि तू स्वतःला सर्वश्रेष्ठ फोटोग्राफर समजतोस.''

हे ऐकून त्या फोटोग्राफरने संतापाने विचारले ''कोण आहे मग माझ्यापेक्षा श्रेष्ठ फोटोग्राफर?'' सुताराने फक्त दूरवरच्या डोंगराकडे बोट दाखवत सांगितले 'तो तिथे रहातो.' हा फोटोग्राफर त्या पर्वतावर पोचला. एक वृद्ध तिथे निसर्गावलोकन करत शांत बसला होता. त्याला याने विचारले ''कोण आहे माझ्यापेक्षा श्रेष्ठ फोटोग्राफर. मला त्याच्याकडे शिकायचे आहे.'' वृद्ध म्हणाला ''तुला फोटोग्राफी शिकायची आहे तर मग तो कॅमेरा का गळ्यात लटकलाय. जोपर्यंत सर्वश्रेष्ठ फोटोग्राफर होण्यासाठी कॅमेऱ्याची गरज आहे अस तुला वाटत; तोपर्यंत तुला पुढचा प्रवास शक्य नाही...'' खऱ्या फोटोग्राफरची निरीक्षण क्षमता हीच कॅमेरा होऊ शकते; कारण त्याची एकाग्रता हाच खरा कॅमेरा....

'मोगरा फुलला, फुले वेचिता बहरू कळीयांसी आला...' बहरणे, मोहरणे, उमलणे, फुलणे... तसेच, 'वो चांद खिला ये तारे हसें ये रात अजब...' या गाण्यात फोटो की फोटोत गाणे. सुरांचे विश्व निर्माण करताना श्वासांचा समास गुणाकार, भागाकार करत येतो. फोटो काढण्याआधी असाच श्वास रोखला गेला की, तो अभंग होऊन गाऊ लागतो. 'तिन्ही सांजा सखे मिळाल्या' असो, की 'मावळत्या दिनकरा...दश

दिशा रंगात न्हाऊन येतात.' एक क्षण असा येतो की, नजरेत साठवू की कॅमेऱ्यात बद्ध करू. 'लपविलास तू हिरवा चाफा....सुगंध त्याचा लपेल का?' जो लपू शकतो तो सुगंध असूच शकत नाही, आणि जे मनाला मंत्रमुग्ध करू शकत नाहीत असे फोटो हे कदाचित फक्त एखाद्या प्रमाणपत्रासारखे असू शकतात.

स्मृती एक सूक्ष्म शक्ती आहे. कर्मासोबत चांगले आणि वाईट दोन्ही असते. संकल्प हा मनातून उगवतो. मन, संकल्प, कामना आणि कर्म ही साखळी हे जीवनाचे रूप आहे. कर्म संपले तरी त्याचा संस्कार चित्तावर उमटतो. संस्कार चित्तावर ठसतात त्यांचीच स्मृती होते. या स्मृती साकारताना यंत्र सगळेच वापरतात. त्याचे तंत्र अर्चना देशपांडे जोशी यांनी त्यांच्या 'आर्टोग्राफी : लग्नाची फोटो गोष्ट' 'फोटोमंत्र' या त्यांच्या मागील दोन पुस्तकातून उलगडले होते. आता 'क्लिक ट्रिक'मधून त्यांचे मंत्र विविध विषयांची सुरेख मांडणी करत एक वेगळी नजर आपल्याला देत आहेत. उत्तम फोटोग्राफर होण्याची इच्छा असणाऱ्या प्रत्येकाने हे पुस्तक फक्त वाचलेच पाहिजे असे नाही तर, त्यातील ट्रिक मात्र नक्कीच आत्मसात करून हा 'क्लिक ट्रिक मंत्र' आत्मसात केला पाहीजे.

'पोटापाण्याचा उद्योग जिद्दीनं करा, पण एवढ्यावरच थांबू नका. साहित्य, चित्र, संगीत, नाट्य, शिल्प, खेळ यांतल्या एखाद्या कलेशी मैत्री जमवा. पोटापाण्याचा उद्योग तुम्हाला जगवील, पण कलेशी जमलेली मैत्री तुम्हाला का जगायचं हे सांगून जाईल.' - पु. ल. देशपांडे.

– विनायक पुराणिक

को-फाऊंडर अपॅक

मनोगत

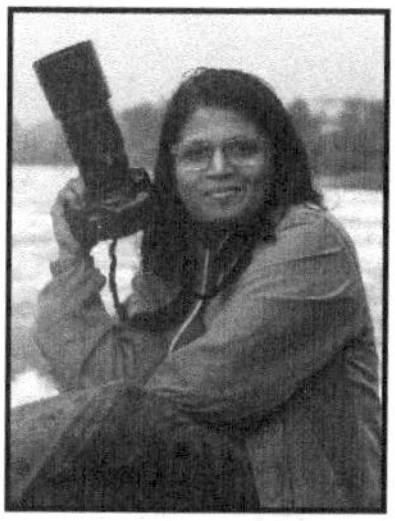

नमस्कार,

'आर्टोग्राफी' व 'फोटोमंत्र' या दोन फोटोग्राफी विषयीच्या माझ्या पुस्तकांनंतर आता पुढील पुस्तक 'क्लिक ट्रिक' सादर करत आहोत.

'कोविड १९'च्या मोठ्या आघातामुळे हे 'दै. लोकमत' (ठाणे) पुरवणीत सुरू असलेले सदर अचानक बंद झाले. पुढील उर्वरित प्रकरणे तशीच प्रकाशनाची वाट बघत होती.

मागील दोन वर्षांत वैश्विक पातळीवर खूपच उलथापालथ झाली असल्याने सर्वच व्यवहार ठप्प व उत्पन्नही बंद होते.

काळाचा महिमा; हळूहळू सर्वच कारभार रूळावर येत असताना, एक आशेचा किरण सापडला. थोडा Lockdown शिथिल झाला तेव्हा पुण्यभुषण श्री. सुधीर गाडगीळ सरांना विनंती करायला पुण्यात पोहचलो.

'आर्टोग्राफी : लग्नाची फोटो गोष्ट' या पुस्तकातून आमचे अभिनव प्रयोग आवडून आधीच आमचे कौतुक त्यांनी त्यांच्या दै. पुण्यनगरीत 'गावोगाव गावची माणसे' या सदरात केले होते. तोच धागा पकडून त्यांना या लेखमालेविषयी मत विचारले असता, ते मनापासून हसले व दिलखुलासपणे प्रस्तावना देतो म्हणाले. माझा आनंद द्विगुणित झालाच; पण कौतुकाचा हा आशीर्वाद आम्हाला सुखावून गेला.

या क्षेत्रात काम करता करता शिकलेल्या, समजलेल्या क्लुप्त्या तुम्हालाही

आवडतील व एका कलाकाराच्या कसलेल्या नजरेतला भाव जाणून घेण्यास माझे शब्द तुम्हाला साथ जरूर देतील ही आशा आहे. माझ्या या फोटो प्रवासात जमा झालेल्या अनुभवांचा खजिना मी इथे रिता करतेय. काही मोलाच्या गोष्टी नक्कीच तुमची फोटो झळाळी वाढवण्यास मदतगार ठरतील.

आपल्या मौल्यवान प्रतिक्रियांची प्रतिक्षा करत आहे.

कळावे, लोभ असावा.

– अर्चना देशपांडे-जोशी
apacinstitute@gmail.com

अनुक्रम

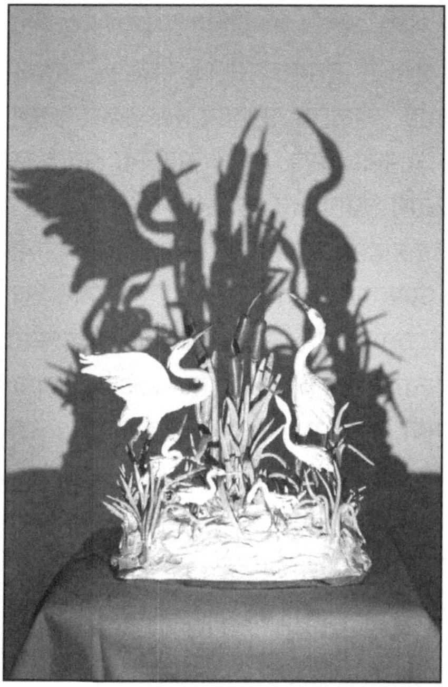

१. हा खेळ सावल्यांचा...

फोटो म्हणजे आठवणी. भूतकाळात मन रमवायला अभाषिक साधन. माणूस आणि त्याची सावली मानले तर एक अजोड नाते. 'आपली पावले मागे ठेऊन जा' असे आपण म्हणतो. असामान्य व्यक्तींच्या पादुकांची पूजा करतो. सावली मात्र आपल्या सोबतच निघून जाते. लहान मुले त्यांची सावली पकडायला धावतात तेव्हा मोठी गंमत वाटते. 'तो जाताना आपली सावली मागे ठेऊन गेला' असे आपण चांगल्या संस्कारांसाठी म्हणतो. 'सावली पडलीय त्याची तुमच्यावर' असे मात्र दुसऱ्यांच्या चुकीच्या सवयी अंगीकारल्या तर बोलले जाते. 'लक्ष्मण हा रामाच्या मागे सावलीसारखा वनात रहात होता' यातून किती छान बंधुभाव शिकायला मिळतो. 'पत्नी ही पतीची सावली असते', असे उगाच नाही म्हणत.

'लहान माझी बाहुली मोठ्ठी तिची साऊली' या बालगीतातूनच आपल्याला दर्शविले आहे की, आपली सावली ही आपल्यापेक्षा मोठ्ठी असावी. ज्यांचे कर्तृत्व

महान त्यांची सावली कशी असेल बरं लहान? जंतरमंतरमध्ये बनवलेल्या सावलीचे घड्याळ आपल्याला हेच तर सुचवत नसेल? वेळ पुढे जात आहे, आपली सावली आपल्या मागून येत आहे. काळाचा अपव्यय करू नका; कारण जगात फक्त एकदाच मिळणारी गोष्ट म्हणजे आपली 'आई' आणि आपल्या हातात असलेला वेळ. कितीही आदळआपट केली आणि अमर्यादित धन खर्च केले, तरी या दोन गोष्टी परत गेल्या की पुन्हा कधीच मिळत नाहीत. सावली ही अशीच आहे. जन्माने ती आपल्या सोबत येते आणि मृत्युने ती आपल्या सोबतच जाते. मागे रहातात त्या फक्त खुणा. छत्रपती शिवाजी महाराजांनी वेळेचा उपयोग किती सावधपणे आणि कसा केला याचा अभ्यास आपण केला तर आपल्याला समजेल की, इतक्या कमी कालावधीत आणि कोणतीही अत्याधुनिक शस्त्रंसामुग्री नसताना त्यांनी अखंड महाराष्ट्र राज्याची निर्मिती कशी केली. वेळ आणि सावली यांचे अतूट नाते आहे. 'सूर्य उगवला, प्रकाश पडला आडवा डोंगर आणि आडवा डोंगर, तयाला माझा नमस्कार' म्हणताना तो डोंगर म्हणजे सूर्य उगवल्यावर जागे होणारे आपण, आणि आपल्या सोबत जागी होते ती आपली सावली. सतत आणि सहज मिळणाऱ्या गोष्टीचे महत्त्व आपल्याला समजत नाही. सूर्यास्ताबरोबर हळूहळू लहान होत नाहीशी होणारी सावली आपल्याला 'विश्रांतीची वेळ झाली' याची जाणीव करून देते. उन्हातान्हातून शेतात राबणारा शेतकरी, प्रवास करणारा वाटसरू, हरणे, मोर, गाई-वासरे उन्हाचा चटका लागू लागला की, याच सावलीत झाडाखाली विसावतात. आयुष्यात असेच काही कठीण प्रसंग आले की, आपल्यालासुद्धा असाच कोणाच्यातरी सावलीचा आधार वाटतो. घनदाट जंगलात त्या सूर्यनारायणाच्या प्रखर प्रकाशालापण थांबवण्याची शक्ती या वृक्षराजीत आहे. सूर्याचा किरणही भूमीवर येऊ न देता; संपूर्ण जंगल घनदाट सावलीने आच्छादित झालेले असते. अशा वनातून प्रवास करणे किती सौख्यानंदात नेणारे असते ते त्या सावलीत गेल्यावरच समजते. आपल्या वडीलधाऱ्यांचे आणि परमेश्वराचे कृपाछत्र जितके मोठे तितकी त्याची सावली मोठी. म्हणजेच आपले जीवन अधिक सुखी. सावलीत निवांत वडाच्या किंवा पिंपळाच्या पारावर बसण्याचा आनंदच काही औरच आहे. वड आणि पिंपळाच्या झाडाखाली पार असतो; कारण दिवसासुद्धा आणि रात्रीसुद्धा ही झाडे प्राणवायू वातावरणात सोडत असतात. त्यासाठीच, तपश्चर्या करणाऱ्यांनी आसनस्थ होण्यासाठी याच महान वृक्षाची निवड केलेली असावी. आपण सावलीत आलो की निवांत होतो; पण ही सावली मात्र त्या उन्हामुळेच पडत असते. ऊन आणि सावली या एकाच नाण्याच्या दोन बाजू आहेत. चटके बसल्याशिवाय सुखाची किंमत समजत नाही आणि भूक लागल्याशिवाय अन्नाचे महत्त्व जाणवत

नाही. एक असते ती आपल्यावर पडणारी सावली, आणि एक असते ती आपली पडलेली सावली जी कधीकधी आपली खूण मागे ठेऊन जाते.

छायाप्रकाशाचा खेळ म्हणजेच प्रकाशरंगातून रंगलेली स्मरणचित्रे. आपण काढलेला फोटो हा आपल्याला काही ना काही स्मरण करून देत असतो. कोणतीही गोष्ट सहज मिळायला लागली की त्यासाठी श्रम घेण्याची गरज वाटेनाशी होते. फोटो काढण्यासाठी मेमरी कार्ड उपलब्ध झाले आणि कॅमेरा धापा टाकेल इतके क्लिक खटखटू लागले. भारंभार फोटो काढणे सोपे असते; पण तेवढे फोटो बघण्यासाठी आपल्याला वेळ आहे का? इतके फोटो खरचं बघण्यासारखे असतात का? मग विनाकारण आपण सतत कशाचे ना कशाचे फोटो काढतच असतो. का? आणि कशासाठी? हे त्या फोटो काढणाऱ्याला आणि काढून घेणाऱ्यालाच आपण विचारले पाहीजे. फोटो काढण्यासाठी भ्रमणध्वनीत तिसरा डोळा आला आणि तो सहस्राक्षी झाला. परमेश्वर आपल्याला प्रिय आहे म्हणून घरातील भिंतभरून आपण त्याचे फोटो लावत नाही. तो त्या देवघरातच असतो आणि म्हणूनच त्या स्थानाला महत्त्व असते. कोणत्याही गोष्टीची उपलब्धता आणि उत्पादन अतीप्रमाणात वाढले की त्याचे महत्त्व आणि किंमत कमी होत असते, हा अलिखित नियम आहे. कधीतरी स्टुडिओत किंवा लग्नसमारंभात काढलेला आपला फोटो पुनःपुन्हा बघण्यात मजा वाटत असते. सतत आपले फोटो सोशल मीडियावर कोसळत असल्यामुळे नकळत आपण आपलीच किंमत कमी करून घेत असतो. आपण सहज उपलब्ध आहोत म्हणजेच आपण रिकामटेकडे आहोत, असा त्याचा अर्थ होतो. आपल्याकडे फुकट घालवण्यासाठी भरपूर वेळ आहे असेच यातून दिसते. यासाठीच वेळ, प्रकाश आणि सावली यांची गोष्ट आज सांगितली. फोटो काढून त्यात तोडफोडी करण्यापेक्षा काही ट्रिक करून क्लिक कसे करावे यांच्या गमतीजमती मी 'क्लिक ट्रिक' मध्ये सांगणार आहे. बारा तासांचा प्रकाश आणि बारा तासांची रात्र अशी सम विभागणी असलेला आपला देश फोटोग्राफीसाठी जगात सर्वोत्तम वातावरण असलेला आहे. १८० डिग्रीतून फिरणारा प्रकाश त्याचा स्रोत एकच. आपले सूर्यनारायण आणि प्रकाश हा त्यांचा कर म्हणून रविकर. प्रकाश एक म्हणून सावलीपण एकच. रात्रीच्या क्रिकेट खेळात चारीबाजूंनी प्रकाशझोत येत असतो म्हणूनच आपल्याला खेळाडूंच्या चार सावल्या दिसतात जे विचित्र वाटत असते. सावली पडली नाही तरी चालणार नाही आणि एकापेक्षा अधिक दिसले तरी पण योग्य नाही. निशाचर म्हणतो ते त्यासाठीच की त्याला सावलीच नसते. आपल्यावरून प्रकाश फिरत असताना योग्य वेळ, विशिष्ट कॅमेरा अँगल आणि परफेक्ट ईमेजींग केले की सावल्यांची फोटोग्राफी करताना खूपच मजा

येते. सावली मग ती कशाचीही असली तरी, फोटो काढताना त्या सावलीमागे दडलेला अर्थ त्यात उलगडला पाहिजे. वृक्षावर पडलेली प्रेमीकांची सावली, प्री–वेडींग फोटोग्राफी करताना मला संसारवृक्षाची कल्पना देऊन गेली. तर वाईल्ड लाईफ फोटोग्राफी शिकवताना जीपची सावली मला पुढील 'वाईल्ड लाईफ फोटोग्राफी' कोर्सच्या प्रसिद्धीसाठी एक वेगळे सूचक पोस्टर देती झाली. ब्रेडस्क्रबपासून बनवलेल्या प्रॉडक्टची 'प्रॉडक्ट फोटोग्राफी' करताना बगळ्यांवर विशिष्ट विजेरीचा उपयोग करून सौम्य वातावरणात त्यांची सावली त्यांना जीवंत करत उमटली. मला विवाह समारंभाची फोटोग्राफी करताना वधूच्या हातांची सावली तिला एक वेगळा आयाम देती झाली. फोटो काढतो आपण सगळेच; पण त्या फोटोमागे जर गोष्ट दडलेली असेल, तर तो चिरंतन आठवणींची ठेव, म्हणूनच जपून ठेवावा असे वाटते.

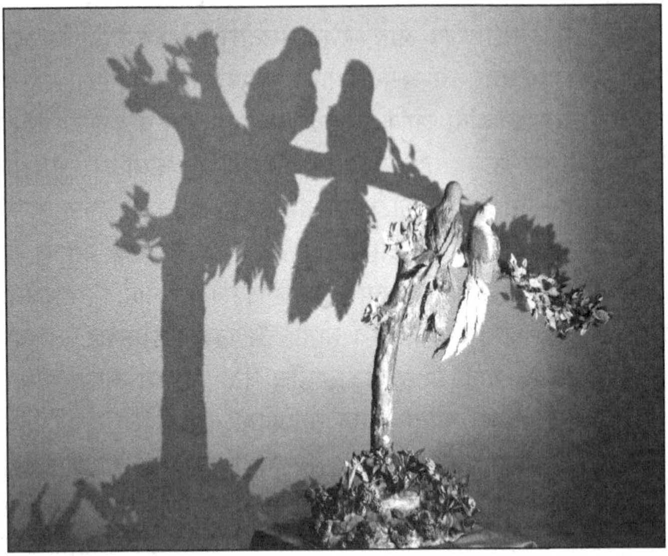

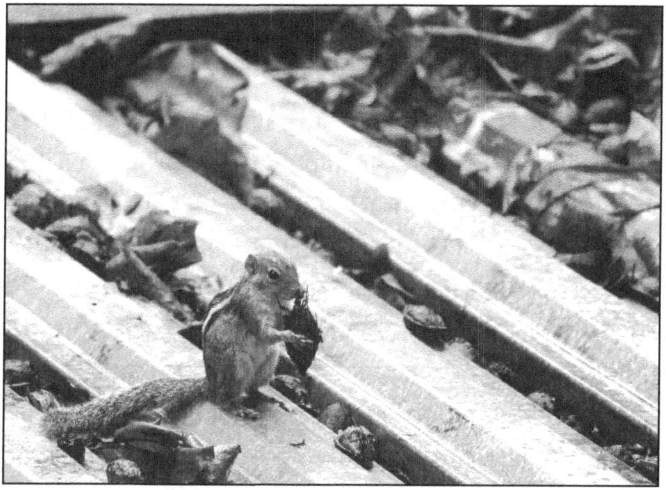

२. आधीच उल्हास...

कलाकाराला जे दिसते ते नेहमीच त्याच्या कल्पनाशक्तीला आधी उमगलेले असते. फोटो म्हणजेच कल्पना आणि वास्तव यांचा मेळ. स्थळ, काळ यासाठी अबाधित असतात. मला माझ्या खिडकीतून विश्व नजरेस पडते. बदामाच्या झाडाचे पान, विहिरीवर बसलेला किंग फिशर असे अनेकविध फोटो मन वेधीत असतात. जागेअभावी सगळेच फोटो नाही दाखवता येत; पण खिडकीतून काढलेल्या फोटोंचे एक प्रदर्शनच होऊ शकेल. फोटो काढताना मनाची खिडकी उघडी असावी लागते. तसे आपल्या मनाच्या असंख्य खिडक्या आपण बंद करतो आणि उघडतो. फोटो हा दिसावा नाही तर समजावा लागतो. आपल्या आयुष्यात अनेक लोक भेटतात आणि अनेक घटना घडतात. त्यातील काहीच आपल्या कायम लक्षात रहातात; कारण त्या विशेष असतात.

प्रकाश हे फक्त आपल्यासाठी दृश्य माध्यम आहे. परमेश्वराने मांडलेल्या

सारीपाटावर कोणती सोंगटी कुठे आहे, आणि कोणती सोंगटी कुठे सरकवली की दृश्य जिवंत होते हे समजावे लागते. बाळ जन्माला आले आणि आईच्या कुशीत प्रथम बिलगले; तिथे असतो फोटो, परीक्षेत आपण पास झालो आहोत असे बोर्डावरील नंबर शोधून समजले की तिथे असतो फोटो, खूप दिवसांनी प्रवासातून अचानक बाबा घरी आले आणि आपण दरवाजा उघडला, तिथे असतो फोटो, धावण्याच्या शर्यतीत आपण प्रमाणरेषेला पहिल्यांदा स्पर्श केला, तिथे असतो फोटो, अंतरपाट दूर झाला आणि मुलीने वराला वरमाला घातली की, बाबांच्या नजरेत दिसतो तो फोटो, अत्युच्च सन्मान मिळाला की आईच्या ओठांवर स्मित आणतो तो फोटो, समुद्राची गाज ऐकत प्रेयसी बिलगते, तिथे अबोल होतो तो फोटो. आणि ही सारी स्मरणचित्रे.

खरंतर फोटो म्हणजे नजर आहे. खिडकीतूनसुद्धा तो आपल्याला अनेक रूपात दिसतो. चित्रकार कल्पनेतून चित्र साकारतो आणि फोटोग्राफर चित्रातून कल्पनेला आकार देतो. ट्रिक म्हणजेच युक्ती. 'शक्तीपेक्षा युक्ती श्रेष्ठ' अशी म्हणच आहे. युक्ती कधीकधी निर्माण करावी लागते कल्पनेतून, आणि कधीकधी शोधावी लागते परिस्थितीतून. 'बिरबलाची खिचडी' ही युक्तीच तर आहे की. फोटो काढताना सर्वप्रथम मनाची एकाग्रता आणि घटनेचे अवलोकन खूपच महत्त्वाचे असते. क्षणात दिसते, क्षणात नसते या ऊन-सावलीच्या खेळात नेमके काय टिपावे याचा विचार सक्षम असावा लागतो. माझ्या स्वयंपाकघराच्या छोट्याशा खिडकीतून मला रंगपंचमीपण दिसते आणि होळीपण. सहज गवाक्षातून आपले अक्ष उघडले तर उगवतीच्या ते मावळतीच्या प्रकाशात एकाच ठिकाणी आपल्याला वेगवेगळी रंगसंगती दिसून येते. उत्तम फोटो येण्यासाठी असावे लागते प्रकाशाचे ज्ञान आणि काळाचे भान. कॅमेरा कोणता आहे यापेक्षा त्याचा उपयोग आपण कसा करतो हे महत्त्वाचे. निसर्गचित्र, व्यक्तिचित्र, स्टील लाईफ, पोर्टफोलीओ या सर्वांना स्वतःचे असे एक व्यक्तिमत्त्व असते ते ओळखता यायला हवे. रस्त्यावरून फिरणाऱ्या वाहनांकडे नीट निरखून बघितले तर विविध मानवी चेहरे आणि भाव दिसतात. लाल एस-टी हिरमुसलेली, रिक्षा नाक उडवणारी, ॲम्बॅसीडर मोकळे हसणारी, अशा अनेक गोष्टी तुम्ही शोधून बघा; तुम्हाला खूप गंमत वाटेल. असेच माणसांच्या, फुलांच्या आणि निसर्गाच्या बाबतीतपण होत असते. कविकल्पना आणि चित्रकल्पना यात फार फरक नाही आहे. बालकवींची कविता आठवते का? 'हिरवे हिरवे गार गालिचे, हरीत तृणांच्या मखमालीचे, त्या सुंदर मखमालीवरती, फुलराणी ती खेळत होती.' आहेत ना यात कितीतरी फोटोच फोटो?

कॅमेरा आहे म्हणून काढ फोटो आणि मग डिलीट करत बसणे यात काळाचा

अपव्यय तर होतोच; पण आपल्या कॅमेऱ्याच्या क्लिकचे आयुष्यसुद्धा कमी होते. फोटोतील विषय जर आधी समजला तर कोणताच फोटो डिलीट करावा लागणार नाही. आपण असा विचार करू की, आपणच केलेली गोष्ट आपणच पुसून टाकणे आपल्याला आवडेल का? यासाठी एक साधी ट्रिक करून बघा. आपल्या प्रत्येक क्लिकचा मेहनताना म्हणून फक्त एक रुपया बाजूला काढून ठेवायचा नियम करा. आपोआप आपल्याकडे नविन कॅमेरा किंवा लेन्स घेण्यासाठी रक्कम जमा होईल. नियम कटाक्षाने पाळलात तर क्लिकवरपण ताबा मिळवता येईल. फोटोत जसा विषय महत्त्वाचा, तसेच त्याच्या सिमारेखापण तितक्याच महत्त्वाच्या. हे कंपोझीशन प्रकरण काय आहे ते आपण पुढील लेखातून जाणून घेणार आहोत.

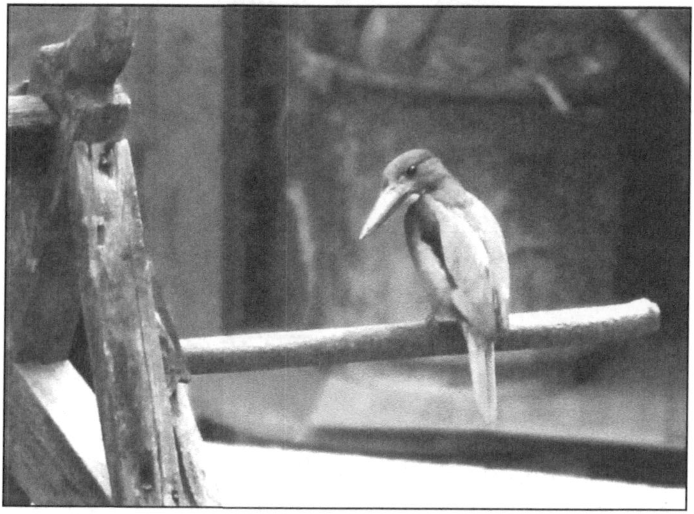

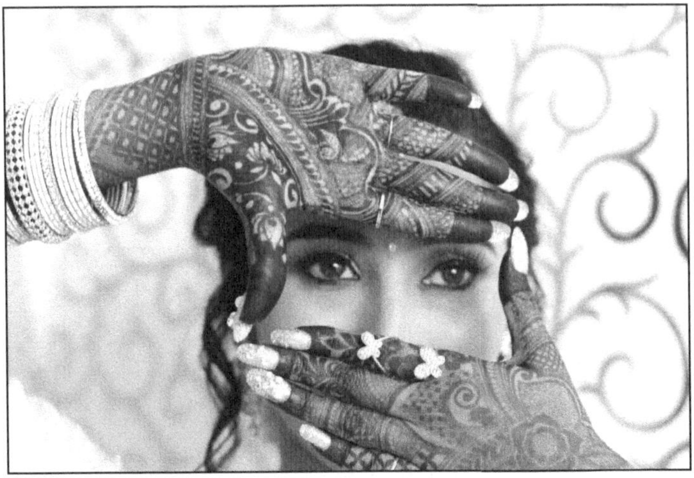

३. उघडले एक चंदनी दार..

दरवाजा माणसाने स्वतःच्या सुरक्षिततेसाठी घराला लावलेले खरे तर एक झाकण. तो बंद केला की, त्याच्यावर विश्वास ठेवून आपण शांत झोपी जातो. अवेळी तो वाजला की, काळजाचा ठोका चुकतो. घरातील माणसांच्या परवानगीशिवाय कोणाचाही दरवाजा ठोठावून त्याच्या खासगी जीवनात बाधा आणता येत नाही. तसा नियमच आहे. अगदी सुरुवातीला गुहेच्या मुखावर मोठा दगड किंवा शिळा ठेऊन जनावरांपासून स्वतःचे रक्षण करण्यासाठी बनला; तो पहिला दरवाजा. झोपडी जरी असली, तरी तिला पडदारूपी दरवाजा लावलेला असतोच. याचे प्रकारपण अनेक आहेत. मुख्य दरवाजा, दिंडी दरवाजा, परस, माजघर, बैठकीची खोली, देवघर असे अनेक ठिकाणचे दरवाजे. त्यांची दिशा हा एक स्वतंत्र विषय होऊ शकतो. पूर्वाभिमुख दरवाजा सर्वमान्य आहे. बंद दरवाज्यापेक्षा उघडलेला दरवाजा किंवा दार प्रसन्न वाटते. पूर्वी बाळ जन्माला आले की, त्याची नाळ याच दरवाजाच्या उंबऱ्याखाली पुरून ठेवली जात

असे. जेणेकरून त्या लेकराची नाळ म्हणजेच संबंध घरापासून कधीच तुटू नये. उंबरा हा लाकडाचाच असावा. बाहेरील निगेटीव्ह ऊर्जा घरात येण्यापासून तो रोखतो, अशी समजूत आहे. दरवाजा जुन्या घरात दोन भागात मधोमध उघडत असे. आता फ्लॅट संस्कृती आल्यावर तो एकसंघ झालेला आहे. लाकूड हे दरवाजासाठी प्रमुख साधन असले तरी, लोखंडी आणि दगडी दरवाजेपण बनवले जातात. प्रवेश करण्यासाठी जी जागा असते तिथे सामान्यपणे दरवाजा प्रस्थापित केला जातो.

याच दरवाजाकडे किंवा त्याच्या कमानीकडे नीट बघितले तर तो एखाद्या चौकटीसारखा वाटतो. आपण फोटोला जेव्हा फ्रेममध्ये स्थान देतो; तेव्हा तो खुलून येतो. 'आकाशात छान छान सातरंगी कमान, त्या कमानी खाली नाच रे मोरा नाच' असे अजरामर काव्य रचताना कविवर्य ग. दि. माडगूळकरांनापण मोराला नाचण्यासाठी कमान द्यावीशी वाटली. आपण जेव्हा निसर्गाकडे बघतो तेव्हा, अशा अनेक कमानी आणि दरवाजे दृश्य आणि अदृश्य स्वरूपात आपल्याला दिसू शकतात. पुण्याची पर्वती असो की भारताचा अभिमान असलेले ताजमहाल असो, जवळच असणाऱ्या कमानीतून त्याचे चित्र साकारताना चित्रकारालासुद्धा मोह आवरत नाही. फोटो काढताना दरवाजा किंवा त्याची कमान ही पलीकडे दिसणाऱ्या दृश्यात अधोरेखित केली, तर त्या फोटोत अधिक जीवंतपणा खुलून येतो. ॲडींग एलीमेंट्स हा पहिला कंपोझीशनचा नियम अनेक ठिकाणी आपल्याला उपयोगात आणता येऊ शकतो. गरज आहे ती फोटो काढण्यापूर्वी आपण थोडा विचार करण्याची आणि शोधक नजरेची. आग्र्याच्या ताजमहालचे फोटो सगळेच काढतात; पण प्रवेशद्वाराच्या कमानीतून दिसणारा ताजमहाल वेगळाच दिसतो. या कंपोझीशनसाठी कधीकधी तयार गोष्टी दृष्टीस येतात तर कधीकधी युक्ती करून त्या साकाराव्या लागतात. राजाबाई टॉवरचा असाच एक फोटो युक्तीने काढला आणि 'मेहंदी'चा क्षण अशाच युक्तीतून टिपला. दोन झाडांचा उपयोगपण यासाठी आपण करू शकतो. बंद दरवाजा फोटोत काढण्यापेक्षा त्या दारतून दिसणारे दृश्य उघडलेल्या दारासहित फोटोत घेतले तर त्याची दृश्यमानता

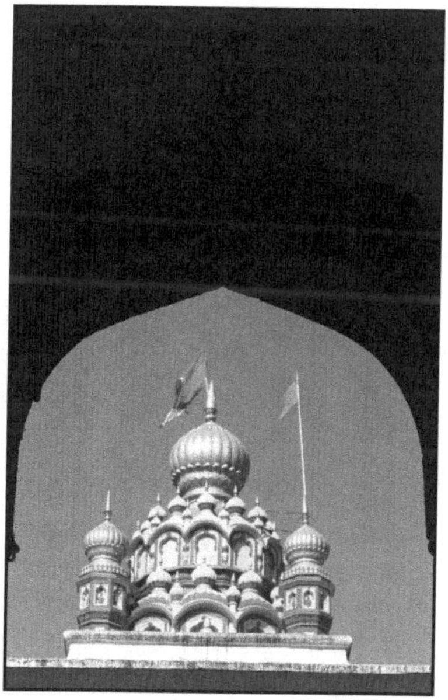

अधिक खुलून येते. आपण फिरायला गेलात की शोधा अशा कमानी आणि दरवाजे, आणि पाठवा फोटो मला. म्हणजे आपण फक्त वाचता की त्याचा उपयोगही करता हे पाहून आनंदच वाटेल मला. ॲडींग एलीमेंन्ट करताना आपण फ्रेम म्हणून अनेक आकारांचा उपयोग करू शकता. अशा प्रकारे फोटो काढताना चित्रकलेतला अलिखित नियम म्हणजे फोटोच्या मागे दिसणारे दृश्य; म्हणजेच बॅकग्राऊंड हेही तितकेच महत्त्वाचे. कसे? ते आपण पुढील लेखात बघूया.

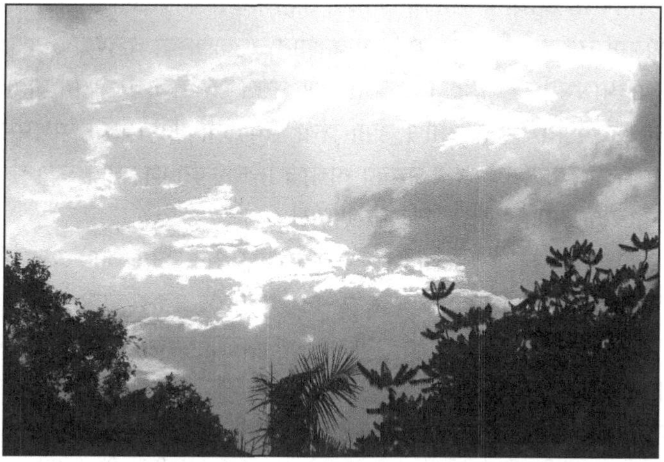

४. सूर्य उगवला, प्रकाश पडला, आडवा डोंगर...

एका काव्यात तीन फोटो. डोंगराच्या मागून उगवणारे सूर्यदेव ही त्या डोंगराची पार्श्वभूमी. पृष्ठभाग आपल्याला सुंदर असावा असे वाटते; पण तो खरे तर पार्श्वभागामुळे जास्त खुलून येतो. बॅकग्राऊंड हा जीवनातील महत्त्वाचा भाग आहे. एखाद्या व्यक्तीची माहिती घेताना त्याची बॅकग्राऊंड काय आहे, याची माहिती निश्चितच उपयोगी पडते. आपण चित्रपट किंवा नाटक बघायला जातो तेव्हा त्या कथेची पार्श्वभूमी काय आहे, तसेच दिग्दर्शकांनी आजपर्यंत कोणते विषय हाताळले आहेत याचा विचार करतो. नाटकाचा पडदा उघडला की, प्रथम आपण नोंद घेतो ती नेपथ्याची. स्टेजवर मांडणी केलेल्या गोष्टीतून आपल्याला साधारण नाटकातील विषयाची कल्पना येत असते. नट या पार्श्वभूमीवर आपली कला सादर करते झाले की, हाच बॅकग्राऊंडचा भाग त्या कलाकृतीचा एक अविभाज्य भाग बनतो. कधीकधी एखादा फक्त काळ्या रंगाचा कपडा हापण बॅकग्राऊंडवर भाव खाऊन जातो. पूर्वीच्या काळी नाटकात असे विविध

प्रकारे रंगवलेले बॅकग्राऊंडचे पडदे नाटकातील विषयांनुसार पाठीमागून सोडले जात असत. स्थळ-काळाचे भान होण्यासाठी याचा नितांत सुंदर उपयोग होत असे. चित्रकार चित्र रेखाटण्यापूर्वी बॅकग्राऊंडचा विचार आधी करतो. रांगोळी काढण्यापूर्वी आपण बॅकग्राऊंड आधी तयार करतो. चित्रपट चित्रित करण्यापूर्वी कला दिग्दर्शक; लोकेशनची निवड आधी करतो. जेवणाच्या ताटाभोवती काढलेली रांगोळी ही ताटाला खुलवण्यासाठीच उपयोगी पडते. रात्री आकाशात चमकणाऱ्या चांदण्या आणि हसणारा चंद्र यांच्या पार्श्वभूमीवर गडद निळे आकाश नसते तर मजाच येणार नाही. खऱ्या सौंदर्याला, उत्तम विचारांना आणि उफाळत्या समुद्राला क्षितिजाची पार्श्वभूमी नसती तर ते सारे भकास वाटले असते. नेमका याचाच विचार आपण फोटो काढताना करतो का? बऱ्याचदा 'नाही' असेच म्हणावे लागेल.

मोबाईलवर फोटो काढताना खूप वेळा पाठीमागे काय आहे याचा विचारच आपण करत नाही. आपल्याला घाई असते ती कधी एकदा तोंडाचा चंबू करून आपला फोटो काढून पाठवतो याची. मग मागून आपल्या खांद्यातून दिव्यांच्या खांबाचा बांबू उगवला तरी लक्षातच येत नाही. मोबाईल उंच धरून फोटो काढताना पार्श्वभूमीवर रस्त्यावरील कचरा आला तरी लक्षात येत नाही. नाटक संपल्यानंतर त्यातील कलाकारांसोबत घाईघाईत फोटो काढताना मागे स्वच्छतागृहाची पाटी आहे हे ध्यानातपण येत नाही. विचार करून आपण काढलेले फोटो नीट निरखून पहा. त्यात आपल्याला बॅकग्राऊंडमध्ये अनेक अनावश्यक गोष्टी दिसून येतील. आपल्याला आपले घर नीटनेटके स्वच्छ असावेसे वाटते. घराचे पडदे, टि-पॉय, डायनींग टेबल, स्वयंपाकघरातील वस्तू नीट मांडणी करून ठेवल्या की, तीसुद्धा एक आपल्या घराची पार्श्वभूमीच असते. या सगळ्यांच्यामागे असतो तो घराचा रंग जो या सगळ्यांना उठाव देतो आणि या घराच्या रंगमंचावर वावरताना आपल्याला दृष्टीसौख्य मिळते. छान छान गोष्टी बघताना त्याचा नकळत आपल्या मनावर परिणाम होत असतो आणि ते आनंदी राहण्यासाठी आपल्याला ही पार्श्वभूमी मदत करीत असते. कोणीतरी म्हटलेच आहे, 'मन चंगा तो कठोतीमें गंगा।'

विवाह समारंभाच्या फोटोग्राफीत तर गंमतच असते. बहुतेक आपण कोणाच्या लग्नाला आलो आहोत याचा विसर पडू नये यासाठी, वर-वधूंच्या मागे त्यांची नावे झळकत असतात. फोटोग्राफर फोटोपण काढतात आणि क्लोजअप फोटो घेताना रामचंद्रातला फक्त 'चंद्र' येतो आणि सुलोचनातला 'सुलो'. मागील डेकोरेशन सजवताना लावलेले फुलांचे बुके फोटोमध्ये डोक्याची कुंडी करून उगवतात आणि शोभेचे खांब खांद्यावर विराजमान होतात. यापेक्षा भयंकर दृश्य असते जेव्हा मागे लावलेला गजाननाचा

फोटो विद्रूप स्वरूपात फोटोत येतो तेव्हा. आज यासाठीच सोबतचे फोटो हे कसे असावेत यापेक्षा कसे असू नयेत यासाठी देत आहे. सगळ्यात मोठे आश्चर्य असते ते असे फोटो सोशल मीडियावर शेअर केले जातात आणि तरीही त्यांना लाईक्स मिळत असतात. सोशल मीडियावरील लाईक्स हा भ्रम आहे हे कधी लक्षात येईल तो सुदिनच म्हणावा लागेल. स्टेजवर कोणत्याही कारणासाठी डेकोरेशनची पार्श्वभूमी साकारताना समारंभाच्या वेळी त्याठिकाणी उपस्थित रहाणाऱ्या व्यक्तींमुळे कोणता भाग झाकला जाणार आहे आणि कोणता दृश्य असणार आहे, याचा विचार करणे उत्तम फोटो येण्यासाठी आवश्यक आहे. सत्यनारायण, मंगळागौर, आदी कोणत्याही पूजास्थानाची मागील बाजू थोडी मोकळी ठेवली तर फोटोत ते फार सुरेख चित्रण करता येईल अन्यथा मागील बाजूनी काढलेल्या फोटोचेच दर्शन होत राहील.

'निसर्ग हाच खरा आपला शिक्षक आहे'. हिरवी गर्द झाडी त्यावर फुललेली रंगीबेरंगी फुले आणि पाठीमागे निरभ्र आकाश एकमेकांमुळे अधिक खुलून येते. कोणत्या रंगांवर कोणते रंग अधिक खुलून येतात हे आपल्याला निसर्गच शिकवतो. पुन्हा कधीतरी ही रंगांची गंमत आपण समजून घेणार आहोत.

चित्रकारांनी काढलेल्या चित्रांचे अवलोकन करणे हे उत्तम फोटोग्राफी करण्यासाठी मार्गदर्शन ठरणारे आहे. चित्रकार चित्र साकारताना त्यात बॅकग्राऊंडचा विचार कसा करत असतो याचा अभ्यास करावा. समुद्र, नद्या, जंगल, वाळवंट, पर्वत यांची निसर्गचित्रे फोटोत साकारताना, त्यांची पार्श्वभूमी ही अत्यंत महत्त्वाची असते. स्टुडीओत पोर्टफोलीओ शूट करताना बॅकग्राऊंडचे केलेले योग्य आयोजन फोटोतील व्यक्तीच्या फोटोत तिचे व्यक्तिमत्त्व उभारून आणते. फोरग्राऊंड, सेंटर आणि बॅकग्राऊंडचा त्रिवेणी संगम झाला की फोटोत त्रिमिती स्वरूप आकाराला येते.

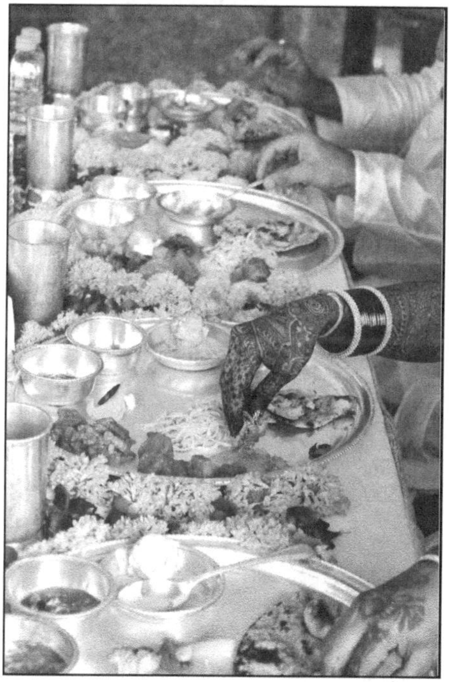

आपण जसे आपल्या मागील आयुष्यात वागलेलो आहोत त्यावरून

आपल्या पुढील आयुष्याची उभारणी होत असते. तसेच, सुंदर फोटो काढण्यासाठी त्यातील नेपथ्याचा विचार हा त्या फोटोला अधिक सुंदर दिसण्यासाठी हातभार लावतो. 'जे न देखे रवी, तें देखे कवी' असे म्हणतात तसेच दृश्यातील अदृश्य टिपणारा फोटोग्राफर हा गुप्तहेराचे काम करीत असतो आणि मगच त्याने काढलेला फोटो हा चमत्कार वाटतो.

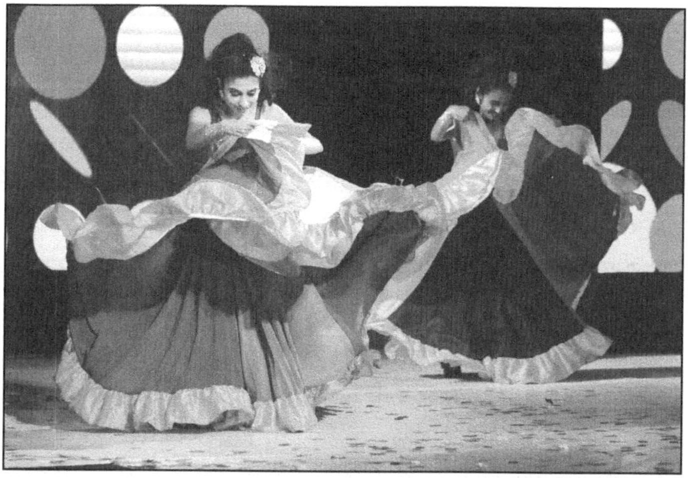

५. कोना-कोनाची गोष्ट

आकार, उकारांची गंमत काही वेगळीच असते. आपली मराठी भाषाच बघा ना; प्रत्येक शब्द आणि त्याचे आकार हे किती सुंदर आहेत. सुंदरता ही दिसत नाही तर ती असतेच; फक्त ती विचारांना समजावी लागते. आपण जे काही शिकतो ते या निसर्गाकडूनच. सात रंग, सात पर्वत, सात नद्या, सात समुद्र, सात पावले, सात वचने सगळे कसे सात-सात. यात पण निर्मात्याने नक्कीच काही विचार केलेला आहे. निसर्ग आपला खरा गुरू आहे. सहलीला गेल्यावर आपण निसर्गाकडे खरेच डोके उघडे ठेऊन बघतो का? हो 'डोकेच' म्हणायचे होते मला. डोळे फक्त ऊन-सावलीच्या प्रतिमा टिपतात, त्यातील मर्म आणि आपला मेंदूच आपल्याला त्यातील गर्भितार्थ समजावून सांगत असतो. प्रथम प्रतिमा समजते प्रत्येकाला; पण उमजते फक्त काहीजणांना. यासाठीच तर प्रत्येकाने काढलेला एकाच विषयाचा फोटो आपल्याला वेगवेगळा दिसतो. फोटोमध्ये असा दृश्यभाव येण्यासाठी काही ट्रिक्स समजाव्या

लागतात. जादूगार जादू करतो म्हणजे तो काय करतो हे आपल्याला समजू देत नाही. मग त्याने एकाच रुमालातून अनेक फुले उडवली की आपण स्तंभित होतो. एकदा का ही ट्रिक समजली की मग आपण सहज म्हणून जातो, 'हॅत्तीच्या यात काय, हे तर मी पण करेन.' अशीच जादू कॅमेऱ्यामागचा जादूगार आपली कल्पनाशक्ती वापरून करू शकतो आणि एक फोटो असा जन्म घेतो की आपण त्याच्या प्रेमातच पडतो.

कवी, लेखक, चित्रकार, फोटोग्राफर नावाजले जातात ते त्यांनी काहीतरी वेगळा विचार करून आपल्याला फक्त दृष्टीच नाही तर एक निखळ आनंद दिल्याबद्दल. कित्येकदा आपल्याला वाटते, आपल्याला हे का बरं नाही सुचले? कारण, आपण त्याकडे त्या दृष्टिकोनातून बघितलेले नसते. विशेष करून, विवाह समारंभाची फोटोग्राफी करताना वेगवेगळे फ्लॅश लाईट, बॅक लाईट, बाऊन्सर आणि विविध साधने घेऊन फोटो काढताना आपल्या लक्षात येत नाही की आपण ज्यांचे फोटो काढणार आहोत त्यांनी या गोष्टी बघितलेल्या नसतात. अचंबितपणे त्या युद्धसामुग्रीला बघत असताना त्यांच्या चेहऱ्यावरील विवाहसुलभ भाव हरवलेले असतात. कोना-कोनातून फक्त फ्लॅशची वीज चमकत असते आणि कॅमेरे कडकडत असतात. उत्तम फोटो काढण्यासाठी विचारसामुग्री लागते आणि ती मात्र या साधनसामुग्रीच्या उपयोगीतेसाठी वापरली जाते. सर्वसामान्य व्यक्तींची फोटोग्राफी करताना त्यांचे व्यक्तिचित्र न येता व्यक्तीस्वभावचित्र साकारता आले तर लग्नाच्या फोटो अल्बमच्या कोना-कोनात भावभावना खेळताना दिसतील.

निसर्गाकडे नीट बघितले तर विविध आकार आपल्याला अनेक गोष्टीतून दिसतात. आपण आपल्या नावाचे स्पेलींग शोधलेत तर ते ही सापडतेच. गोलाकार, वक्राकार तर असतातच; पण काटकोन त्रिकोणही दिसतात. डोंगरांची टोके बघूनच दगडावर दगड चढलेले हे ढीग वर्षानुवर्षे उभे असतात. या त्रिकोणी आकाराकडे बघूनच इजिप्तच्या पिरॅमीडचा आकार त्रिकोणी असावा जेणेकरून ते दीर्घ काल उभे रहातील, ही कल्पना सुचली असावी. आपल्या जन्मकुंडलीतील घरेपण, अशीच अनेक त्रिकोणात आखलेली असतात ज्यात आपले ग्रह नांदत असतात. कुटुंब नियोजनाचे चिन्ह ठरवताना मानवी चेहरा प्रतिबिंबित करणारा लाल त्रिकोण चिन्ह म्हणून उपयोगात आणलेला आहे. चित्रकार पोर्टेट काढण्यासाठी आधी त्रिकोणाचाच आधार घेत असतो. याला चित्रकलेत 'ट्रँगल' असे म्हणतात. आपण नीट निरीक्षण केलेत तर निसर्गात असे ट्रँगल दिसतात तसेच कुठेही फोटोग्राफी करताना या ट्रँगल कंपोझिशनची युक्ती आपल्या फोटोला एक वेगळे परीमाण देते. स्टील लाईफ फोटोग्राफी करताना अशी रचना जाणीवपूर्वक केली जाते. फूड फोटोग्राफीतपण काही वेळा या

त्रिकोणाचा उपयोग आपले लक्ष केंद्रीत करण्यासाठी होतो. आपले दोन डोळे ही आडवी रेघ आहे तर आपल्या नजरेने टिपलेला बिंदू या त्रिकोणाचे टोक आहे. आता आपल्या लक्षात येईल की, नजरेचा त्रिकोण कसा तयार होतो. तो होत नाही तो असतोच तिथे. आपल्याला फक्त तो दिसतो चष्म्याचा नंबर काढताना लेन्समधून त्या मशीनमध्ये. चित्रकला असो की फोटोग्राफी; दोन्ही एकाच नाण्याच्या दोन बाजू आहेत. फरक आहे तो चित्रकाराला चित्र आधी सुचलेले असते व त्यामागचा त्याचा विचार पक्का झाला की त्याला फक्त समोरचा कॅनव्हास दिसतो आणि हातातला ब्रश एखाद्या कवीच्या लेखणीप्रमाणे सरसरत चित्रकार चित्र साकारतो. फोटोग्राफर बऱ्याचदा आधी फोटो टिपतो आणि मग सॉफ्टवेअरवर बसून ते सुंदर करण्याचा प्रयत्न करत असतो. जसे चित्रकाराला चित्रातील विषय आधी समजलेला असतो, आणि मग ते साकारताना वेगवेगळ्या कंपोझीशनचा विचार करून तो ते चित्र जिवंत करतो. दृष्टीला जेव्हा समोरच्या दृश्यातील विषय जाणवतो आणि मग तो टिपताना कंपोझीशन आणि अँगल याची जोड देऊन फोटो टिपला जातो; तेव्हा तो फोटोग्राफर चित्रकारच असतो. विविध कोनातून अनेक आकारातून ट्रँगल कंपोझीशन निवडणे हा त्या फोटोग्राफरच्या कल्पनाशक्तीचा आविष्कार असतो. म्हणूनच कोणीतरी म्हटले आहे, ‘मानसीचा चित्रकार तो तुझे निरंतर चित्र काढतो.’

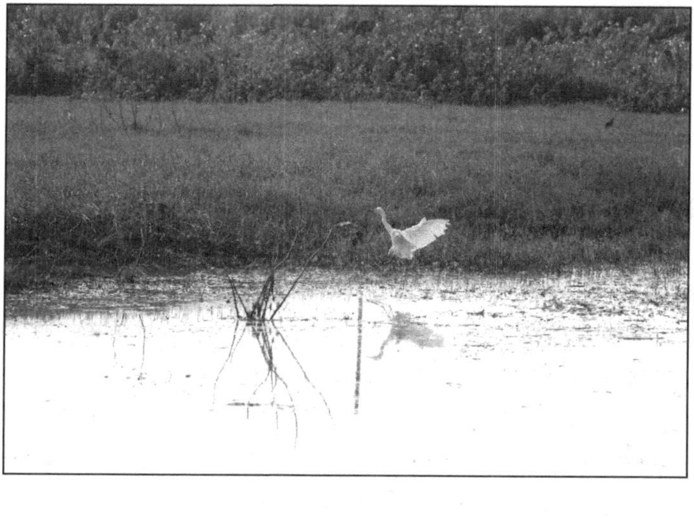

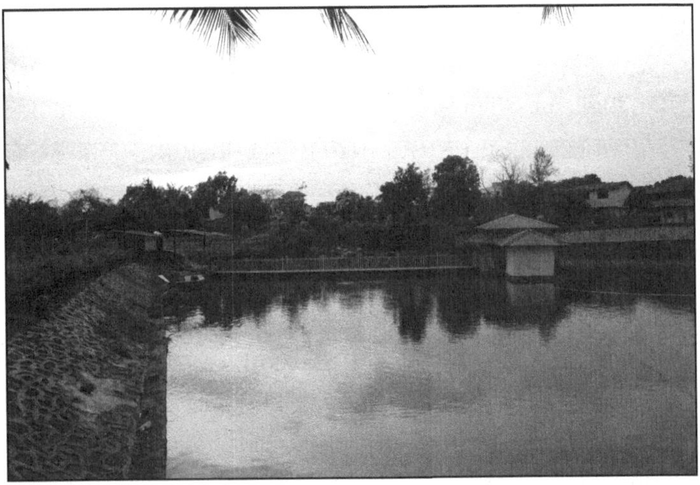

६. आहे मोकळे आकाश

आईच्या उदरात असलेल्या बाळाला त्याचे जग हे तेवढेच आहे, असे वाटत असावे. जन्म होऊन या जगात आल्यावर पहिल्यांदा डोळे उघडले की त्याला काय दिसत असेल प्रथम? नक्कीच फक्त प्रकाश. दिवसा असेल तर उजेड आणि रात्र असेल तर दिव्यांचा प्रकाश. बालकांची नजर भिरभिरत असते आणि या सावली-प्रकाशाच्या खेळातून एक एक प्रतिमा साकार होत असते. आपण अस म्हणूया की, टेलीफोटोची त्याची लेन्स या जगात डोळे उघडल्यावर 'वाईल्ड लेन्स' होते. काय काय दिसते त्याला त्याच्या अवकाशात? समजत नाही ते काय आहे; पण काहीतरी दिसतंय नक्की. मग त्या दिसणाऱ्या गोष्टींना स्पर्श करण्यासाठी नाना युक्त्या करून ते बालक झेपावते त्या गोष्टींना स्पर्श करण्यासाठी आणि मग होते ती जाणीव. आधी ते मातेच्या चेहऱ्याला चाचपते आणि रांगू लागले की जे हातात येईल ते आपटून, जवळ घेऊन, चावून ते प्रयत्न करत असते, उत्तर शोधत असते, की हे काय आहे? आपण त्याला

एका-एका गोष्टीची ओळख करून देतो आणि एक-एक गोष्ट त्याच्या स्मरणशक्तीची जागा व्यापत जाते. तो कोण आहे आणि आपण त्याचे कोण आहोत व तो कुठे आहे हे सगळे सगळे आपण त्याला सांगत असतो आणि त्याच्या दृष्टीमागील स्मरणशक्ती विशाल होऊ लागते. साधारण बारा वयानंतर मुले आपले निर्णय स्वतःच्या विचाराने घेऊ लागतात. फोटोग्राफीचे शिक्षण या वयात सुरू झाले तर सावकाश; पण योग्य पद्धतीने त्यांची विचारशक्ती नवनवीन गोष्टी आत्मसात करू लागते. याइथेच जर बीज रोवले गेले की जे मी काही करेन ते उत्तमात उत्तमच करेन, तर त्याचे चांगले परिणाम उत्तर आयुष्यात दिसून येतात.

कॅमेरा उत्तम घेतला म्हणून जसे उत्तम फोटोग्राफर होता येत नाही, तसेच आपण सौंदर्यपूर्ण लोकेशनवर गेलो तर छान फोटो काढता येतीलच असे नाही. फोटो काढणे म्हणजे नेमके काय? एकतर आपण डॉक्युमेंट किंवा पुरावा म्हणून फोटो काढत असतो. पुरावा म्हणून काढलेले फोटो दोन प्रकारचे एक कायदेशीर आणि एक आपण तिथे उपस्थित आहोत यांचा पुरावा देणारे. फोटोत विषय असण्याचे गांभीर्य आता तितकेसे उरलेले नाही. फुकट मिळाले की किंमत नसते तसे झाले आहे फोटोंचे. कोणीही, कधीही, कुठेही, कशाचेही फोटो काढतच असतो; कारण ते स्वतःसाठी नसतातच. ते असतात फक्त 'लाईकचे वेड' पुरवण्याची हौस भागवण्यासाठी. इथेच फोटोग्राफीच्या कलेत आपले वेगळेपण दाखवण्यासाठी संधी उपलब्ध आहे. सगळे एकाच मार्गाने धावत असतील तर आपण आपला नवा मार्ग बनवूया. गर्दीचा भाग होण्यापेक्षा गर्दीला आपला भाग बनवू. कंपोझीशन, विषय, अँगल, विविध लेन्सचा वापर करण्याची ट्रिक करू आणि सुंदर चित्र काढू. फोटो नाही, त्यातलीच आजची ही वाईड ॲन्गल लेन्स.

ग्रेट फोटोग्राफर म्हणजे भली मोठ्ठी लेन्स घेऊन अवकाशात कुठेतरी तंद्री लावून विचित्र पेहराव करून जीप्सीसारखी वाटणारी व्यक्ती असा समज अनेकजण करून घेतात; पण ते खरे नाही. प्रत्येक लेन्स ही त्या त्या विषयाप्रमाणे महत्त्वाचीच आहे. वाईड आणि टेली लेन्समध्ये फरक आहे तो इतकाच की, एकीची दृष्टी विशाल आहे आणि एकीची दृष्टी केंद्रीत आहे. आता यात एक युक्ती आहे ती अशी की, टेलीलेन्स वापरताना समोरील विशाल दृश्यामधून आपल्याला आवडलेला एक विशिष्ट भागच निवडायचा असतो. म्हणजे, चिवड्यातील शेंगदाणे, काजू, खोबरे, वगैरे, वगैरे. पण सगळा चिवडाच दाखवायचा असेल तर त्यात चिवड्याचे ताटच नाही तर त्यातला चमचासुद्धा दिसावा लागतो. वाईड ॲन्गल फोटोग्राफीचे असेच आहे. सृष्टीसौंदर्य असो की लग्नातले विधी असोत, फ्रेममध्ये येणारी प्रत्येक गोष्ट ही त्या

फोटोला बाधा न ठरता त्या फोटोंचे सौंदर्य अधिक खुलवणारी असायला हवी. ईनडोअर असो की आऊटडोअर; फोटोंचे बॅकग्राऊंड, फोरग्राऊंड आणि मध्य एखाद्या उत्तम चित्रपटासारखे असावे. सुरुवात सुखद, मध्य देखणा आणि शेवट गोड. आपण कॅमेरा डोळ्यांजवळ घेण्याआधी समोरील घटनेचे किंवा दृश्याचे अवलोकन करणे महत्त्वाचे असते. निसर्ग चहूकडे विहरतच असतो. त्यातला सुवर्णमध्य आणि चार दिशा नेमक्या दिसाव्या लागतात. चित्रकार नेमके तेच करत असतो, फक्त त्याला चित्र साकारायला अवधी लागतो; पण आपण ते एका क्षणात टिपू शकतो. ईनडोअर फोटोग्राफी करताना आपण कृत्रिम प्रकाशाचा उपयोग करतो; पण आऊटडोअरसाठी रविकरावर अवलंबून असतो. यासाठी योग्य वेळ निवडणे, फोटोच्या देखणेपणाला अधिकच देखणे करते. वाईड अँगलसाठी विविध लेन्सचा उपयोग करता येतो.

24/70 f2, 12/24, 35-70 zoom, 24-120, 18 - 55 यांपैकी आपल्या गरजेप्रमाणे आपण लेन्सचा उपयोग करू शकतो. कॅमेरा, लेन्स योग्य प्रकाश हे सर्व उपलब्ध असले तरी आपल्या डोळ्यांच्या लेन्समागील विचारच अप्रतीम फोटोला जन्म देतो. हीच आहे वाईड अँगलची युक्ती.

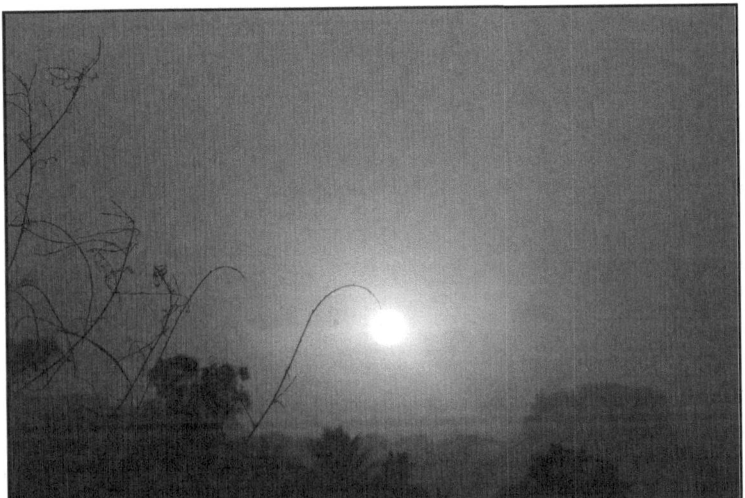

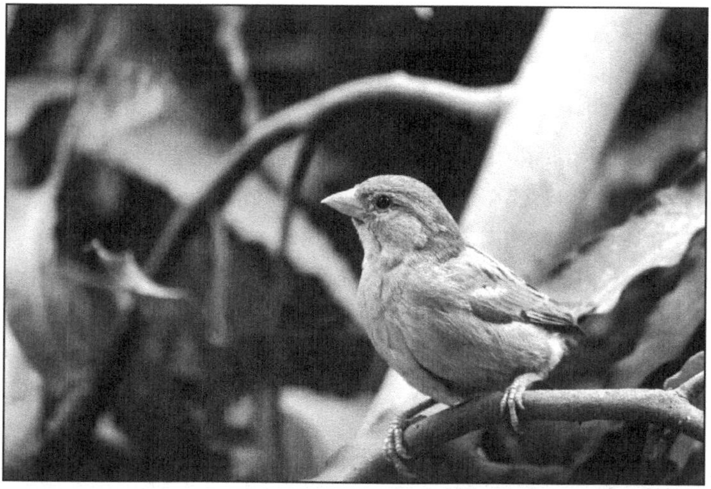

७. ग्यानबाची मेख

आपण बघतो कसे? तर डोळ्यांनी, असे अगदी सहज उत्तर येते. आपण ज्या गोष्टींना सरावलेले असतो त्या आपण करत नसून त्या आपोआप होत असतात, असा आपला सहज समज होतो. आपले सर्व व्यवहार आपल्या मेंदूच्या संगणाकात जमा केलेल्या ज्ञानाच्या आज्ञावलीतून आखीवपणे योग्य वेळी क्षणाचा विलंब न लावता प्रक्षेपित होतात आणि आपल्याला वाटते हे आपणच करत आहोत. चालणे, बोलणे, बघणे इतकेच काय तर आपले जगणे हे विधात्या मेंदूच्याच हातात असते. बोलतात सगळेच; पण गुरूचे शब्द आपल्याला योग्य मार्ग दाखवत असतात. जसे ज्ञानेश्वर माऊली. किती सुंदर नाव आहे, 'ज्ञानाचा ईश्वर'. आपण सगळेच चालतो; पण एखाद्याची चाल बघून आपण अचंबित होतो, इतकी कलात्मकता त्यामध्ये दडलेली असते. साधे जेवण जेवणे असले तरी, त्यातपण एक वैशिष्ट्य आहेच. यासाठीच त्याला 'उदरभरण नोहे जाणिजे यज्ञकर्म' असे संबोधले आहे. युक्ती ही कृतीत नसते

तर ती विचारात असते. फोटोग्राफीची आवड आणि हौस नसलेला तसा दुर्मीळच. फोटो काढून घेणे हे आता इतके सहज सोपे झाले आहे की, आपण क्षणाक्षणाची नोंद फोटोत काढून ठेवत असतो. एखाद्या गोष्टीचा अतिरेक झाला, की त्यातले नावीन्य संपत जाते. रोजच बासुंदी पुरी दिली किंवा वर्षभर दिवाळी आली, तर तिचे महत्त्व उरणार नाही. 'अती झाले आणि अंगावर आले' असे झाले आहे. 'मायाजाल' हा अगदी योग्य शब्द यासाठी उपयोगात आणलेला आहे. 'रोजच दिसतो त्याला कोण पुसतो' अशी परीस्थिती सोशल मीडियावरील फोटोंची झाली आहे. लाईक म्हणजे आवडले या आवड शब्दातील 'आ' ची आपुलकी जाऊन उरला आहे तो फक्त वड आणि त्याच्या लांबच लांब पारंब्या. जो तो आपला झोके घेत हिंदोळत असतो. का? कशासाठी? कोणासाठी? माहीत नाही; पण फोटो अपडेट करत रहाणे यासाठी प्रसारमाध्यमाने आपल्याला बिनपगारी कधी नोकरीवर ठेवले ते समजतच नाही. मोबाईल फोन हे आता बोलण्यासाठीचे साधनच उरलेले नाही. इंटरनेटचा व्यवसाय फळफळत वाढावा यासाठी आपण सारेच क्रियाशील झालेलो आहोत. इथेच आहे ग्यानबाची मेख.

फोटो काढून घेण्यासाठी फोटोग्राफरची गरज असते हे आता इतिहासजमा झालेले आहे. किमान फोटो काढण्यासाठी आपल्याला काही शिकणे गरजेचे आहे हे पण कधीकधी पटेनासे झाले आहे. 'जो देखे कवि वो न देखे रवि' तसे फोटोग्राफीतून आपली कला दाखवण्याची कलात्मकता न दाखवता तंत्रज्ञानाच्या पांगुळगाड्याला सोबत घेऊन सर्कस करण्यासाठी चढाओढ लागलेली आहे. उत्तम फोटो काढण्यासाठी कॅमेऱ्यामागे एक विचार करणारा मेंदू लागतो, असे मी म्हणणे हे वेडेपणाचे लक्षण ठरू शकते. फादर ऑफ फोटोग्राफी ॲन्सल ॲडाम आपल्या नावामागे 'मॅन बिहाईंड द लेन्स' असे का लिहीत होते? आता मात्र 'मॅन बिहाईंड द सॉफ्टवेअर' असे म्हणावे लागते आहे. फोटो काढणे म्हणजेच चित्र काढणे आहे हे आपण मागील लेखातून वाचलेच आहे. चित्रकलेचे जे काही नियम आहेत ते फोटोग्राफीलापण तसेच लागू होतात. जगातला कोणताही कॅमेरा फोटो काढत नसतो जसे आपण डोळ्यांनी बघत नसतो. साधे नीट वाढलेले जेवणाचे पान बघितले तरी त्यातपण एक सौंदर्य आहे जे मनाला भुरळ घालते. प्रत्येक गोष्टीचे आकारमान एका विशिष्ट भौमितिक सौंदर्याची गंमत आहे. आपण जसे मागे एका लेखात त्रिकोणाची अनुभूती घेतली, तसेच चित्र कंपोझ करताना त्यात विविध प्रकाराचे आकारमान आणता आले तर ते अधिक रेखीव होते. आपण जेव्हा समुद्राकडे बघतो; तेव्हा आपल्याला आकाश हे विशाल दिसते, आणि त्याच्या पायाशी घुटमळत हेलकवणारा समुद्र आकाराने थोडा लहान

भासतो. संपूर्ण चित्रातील एक भाग थोडा अधिक आणि एक भाग थोडा लहान म्हणजेच वन थर्ड कंपोझीशनमध्ये साकारला, तर त्यातील दृश्यमानता अधिक सखोल होते. कोणतीही गोष्ट जशी आपल्याला बघायची सवय आहे, तशी दिसली तर ती आपली वाटते. उगाच करणे शक्य आहे म्हणून आपणच काढलेल्या फोटोचे आपणच अलटीपलटी करतो आणि कधीकधी त्याचे माकड होत जाते. चित्रकार हातात ब्रश आणि समोर कॅनव्हास तेव्हाच घेतो जेव्हा एखादे चित्र त्याच्या मनात आकार घेत असते. कॅमेरा हा कॅनव्हास आहे आणि लेन्स हा आपला ब्रश आहे, यावर आपला आधी विश्वास असायला हवा. 'खटखट खुटूंनी टाकावी खळखळ खळांसी न करावी.'

'खरें खोंचे खवळो नेदावी, वृत्ती आपुली' असे संत रामदासांनी आपल्याला शिकविले आहे, त्याचा चपखल विचार फोटो काढताना पक्का डोक्यात असेल, तर तो फोटो आपण काढलेला आहे याचा आनंद द्विगुणित होईल. फोटोग्राफरला आपण नेमून दिलेले काम त्याने आपल्या विचाराने पूर्ण केलेले असेल तर त्याला 'कलाकार' म्हणून मानधन देताना आपण आपला हात आखडता घेणार नाही. तंत्रज्ञानाने माणसाला असमाधानी बनवले, आणि भस्मासूराप्रमाणे तो सगळेच गिळंकृत करताना माणूस आपले समाधान हरवून बसत आहे. स्वावलंबी असणारा मानव हळूहळू अधिक परावलंबी होत आहे. आपल्याला जरी वाटले की आपण किती पटापट एखादे काम करतो, अगदी सहज फोटो काढतो, त्यावर जरीमरी करून खुलवतो, तर हा आपला गैरसमज आहे. आपण फक्त बटणे फिरवत असतो आणि आपली बुद्धी व विचार गहाण टाकून 'मी' केल्याची शेखी मिरवत असतो.

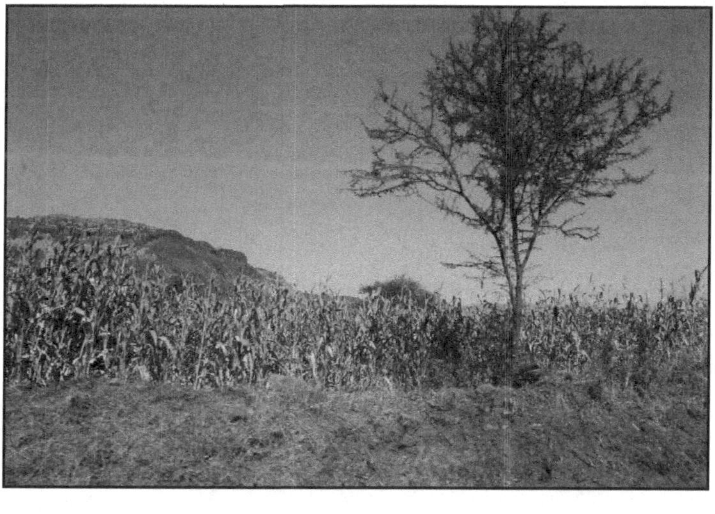

'क क कमळ पाण्यावर डुले', 'ब ब बदक तुरुतुरु चाले' हे दिसले की 'फ फ फोटो फटाफट उडे' हे बदलून आपण एकच क्षण असा टिपू की, त्याचा सुगंध विश्वात दरवळेल. कलात्मकतेनी फोटोग्राफी करण्यासाठी निरनिराळ्या ट्रिक्स या कॅमेऱ्याच्या साहाय्याने आपणच करावयाच्या असतात. 'आपले आपण होऊन शहाणे, काढू चला फोटो सुबक देखणे'.

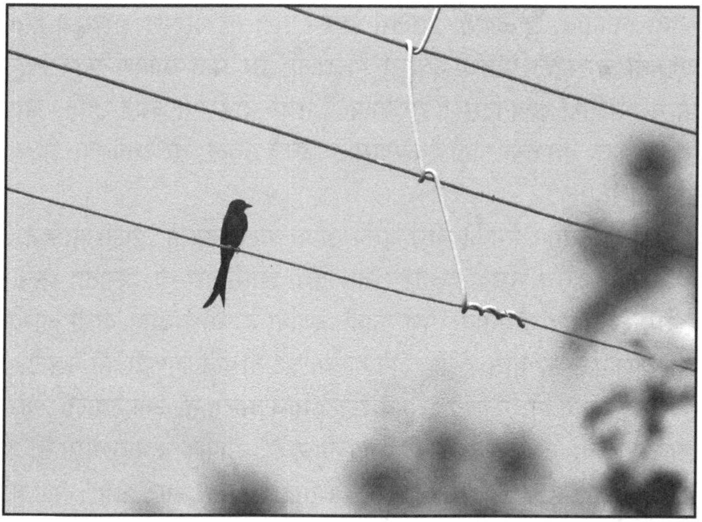

८. तो तिथे आहे!

जगात चांगली माणसे असतात तशीच काही वेगळी माणसेपण असतात. चांगली असतील तिथे मैत्री होते, आणि नसतील त्यांच्या वाटेला आपण जात नसतो. बरी असलेली माणसे कामचलाऊ असतात. फोटोंचे प्रकरण असेच आहे. तो एक तर चांगला असतो किंवा नसतो; पण तो बरा आला असेल, तर तो सगळ्यांनाच काढणे सहज जमत असते. There are no rules in photograph, there is only good photograph असे छान विचार फादर ऑफ फोटोग्राफी ॲन्सल ॲडाम यांनी मांडलेले आहेत, त्याचाच उहापोह आज आपण करणार आहोत.

मानवाचा देह हीच एक मोठ्ठी युनिव्हर्सिटी आहे. चांगले आणि वाईट याचे विश्लेषण आपला देह पदोपदी करीत असतो. अगदी सहज घडणाऱ्या या क्रियेकडे आपण थोडे लक्ष देऊन बघितले तर आपल्याला ते सहज लक्षात येऊ शकते. दुर्गंधी आली तर आपण लगेच नाक बंद करून घेतो. रस्त्यात कचरा पडला असेल तर डोळे

आपल्याला योग्य मार्ग दाखवतात. जेवताना एखादा केस किंवा छोटासा खडा जरी तोंडात गेला तर लगेच तो हद्दपार होतो. साधे दातात काही अडकले किंवा बुटात अगदी लहानसा दगड गेला असेल, तर तो बाहेर काढल्याशिवाय आपण स्वस्थ बसू शकत नाही. कानात, डोळ्यात इवलेसे पाखरू गेले तर आपण अस्वस्थ होतो. हेच जेव्हा एखादी चटपटीत गोष्ट ऐकायला मिळाली, तर मात्र आपण कान टवकारतो. समाजमान्य नसलेली दृश्ये दिसली तर आपली नजर चोरून ते बघत रहाते. आपण जर आपले कान फक्त चांगल्या गोष्टी ऐकण्यासाठी उघडे ठेवले, तर आपल्या डोळ्यांनापण फक्त सौंदर्यच दिसेल.

फोटो काढताना नेमकी हीच युक्ती आपल्याला करता आली पाहिजे. खरंतर आपण फोटो काढतच नसतो; कारण तो तिथे आधीपासूनच असतो. अनेक जण त्याच्या समोरून जात असतात; पण काही जणांना तो तिथे आहे याची जाणीव होते तर काही जणांना फक्त भास होतो. अनेकांच्या तर तो खिजगणतीतही नसतो. विवाह समारंभ असो; किंवा निसर्ग दृश्य, अनेक फोटो तिथे असतात. आपल्याला त्यांच्याकडे बघण्यासाठी किंवा ते दिसण्यासाठी आपली नजर आपण कमावण्यासाठी शिकावे लागते. सा, रे, ग, म, प, ध, नी हे तसे बघितले तर साधे सात शब्द; पण कोणाला यात संगितातले राग दिसले. ता, ना, पी, ही, नी, पा, जा हेपण सात शब्द; पण यात कोणाला सात रंग गवसले. सौंदर्याची दृष्टी जागी करता आली तर चित्रकाराला यात चित्रछटा दिसतात आणि फोटोग्राफरला प्रकाशातील रंगांची उधळण दृष्टीस येते. हे पसरलेले रंग एका विशिष्ट पद्धतीने किंवा कल्पनेने प्रमाणबद्ध केले की तो फोटो आखीवरेखीव आणि देखणा होतो. हीच युक्ती आहे कंपोझीशनची. हे जिथे जमून येते तिथेच जन्म होतो कंपोझीशनचा.

आपण निसर्गाकडे आणि आपल्या देहाकडे नीट बघितले तर आपल्याला प्रत्येक गोष्टीचे आकारमान एका विशिष्ट कंपोझीशनमध्ये असल्याचे दिसून येईल. नाक, कान, डोळे, ओठ, हात, पाय, बोटे तसेच झाडे, वेली, डोंगर, नद्या, समुद्र या प्रत्येकाला त्याचा असा एक विशिष्ट आकार आहे, तसेच प्रत्येकाच्या जागेचे एक स्थान आहे. आपल्या डोळ्यांना जे सतत बघायची सवय असते त्यात बदल झाला तर ते विचित्र वाटते. कानाच्या जागी डोळे, डोळ्यांच्या जागी कान, आंब्याच्या झाडावर कलिंगड आणि कलिंगडाच्या वेलीवर आंबे सहज कल्पना केली तरी मनाला पटत नाही. हिरव्याकंच केळीच्या पानावर वाढलेले गरमागरम जेवणसुद्धा आपली डावी, उजवी बाजू, मध्य, टोक आणि तळ यांची जागा आणि आकारमान ठरवूनच वाढले जाते; तेव्हा ते नजरेला सुख देऊन जाते. फुलपाखरे गरुडासारखी आणि गरुड

फुलपाखराएवढा दिसला असता तर मजा आलीच नसती ना राव!

फोटो किंवा चित्र म्हणजे अनेक रंगांचे ठिपके हे आपल्याला माहितीच आहे. फोटोग्राफ म्हणजेच प्रकाश ठिपक्यांचा एक पुंजका ज्या प्रकाशात सात रंग सामावलेले आहेत. विविध प्रकारच्या लेन्स आपल्याला घटनेतील किंवा सृष्टीतील पसरलेल्या पसाऱ्यातून नेमके सुंदर दृश्य कंपोझ करण्यासाठी मदत करीत असतात. फोटो काढून मग तो कसा आला आहे हे बघणारे फक्त यंत्र चालवत असतात, बुद्धी नाही. आधी सांगितल्याप्रमाणे प्रत्येक फोटो हा त्याचे अस्तित्व घेऊन तिथेच असतो किंवा निर्माण होतो, आपल्याला तो आधी दिसावा लागतो आणि समजावा लागतो. लेन्स कोणती वापरावी हे कोणते दृश्य टिपणार त्यावर आधारित असते. फोटो काढतानाच तो लेन्सच्या मदतीने नीट कंपोझ केला आणि जर ते कंपोझीशन आपल्या बुद्धीला आधी उमगले असेल, तरच कॅमेरा हे यंत्र तो फोटो टिपण्यासाठी आपल्याला उपयोगी येते. याउलट, जर क्रिया केली की आधी फोटो काढला आणि मग तो कापाकापी करत जेवढा आवडेल तेवढा शिल्लक ठेवला, तर तो फोटो आपण काढल्याचे समाधान तर मिळत नाहीच शिवाय तो कापत गेल्यामुळे त्याचा तांत्रिक दर्जा खालावलेला असतो. फोटोग्राफी करताना आपल्याला कशाचा फोटो काढावयाचा आहे याचा गृहपाठ यासाठी करणे आवश्यक असते. चित्रकार कधीही भले मोठे चित्र काढून मग त्याला हवे तेवढे शिल्लक ठेऊन बाकीचे चित्र कापून टाकतो का? श्रम आणि रंग व कागदाची नासाडी त्याला परवडणारी नसते. फोटोतपण रंग आणि कागद असतो फक्त अदृश्य स्वरूपात ज्याला आपण दृश्य स्वरूप देत असतो.

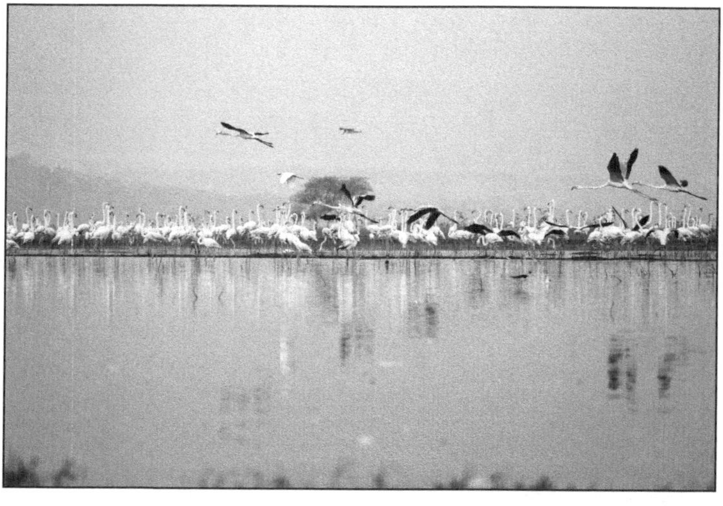

फोटो काढतानापण आपल्या बुद्धीने श्रम केलेले असतात, तसेच आपले उपकरणही आपण वापरलेले असते. नेमका फोटो काढता आला तर तो काढण्याचा आनंद आपल्याला तर मिळतोच; पण तो इतरांनाही देता येतो. मीठ जास्त झाले म्हणून बटाटे टाकण्यापेक्षा प्रमाणात मीठ टाकायचे शिकलो, तर इतर फोडणीची गरज पडणार नाही.

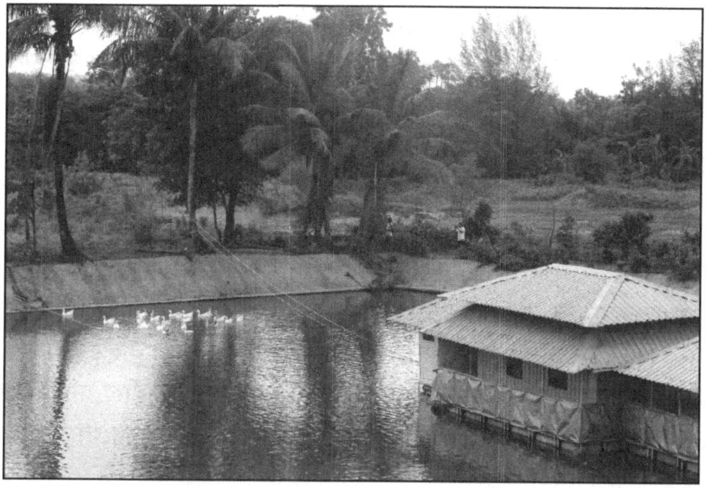

१. जाड्या - रड्या

गंमत वाटते ना हे नाव ऐकताना. चक्क लहानपणी बघितलेले लॉरेल आणि हार्डीचे चित्रपट डोळ्यांसमोर दिसू लागतात. चित्रभानता अशी असते की, ती पात्रे फक्त नाव घेताच आपल्याला दिसू लागतात. हीच तर युक्ती आहे त्यांचे तसे नियोजन करण्यात. खरंतर कोणत्याही गोष्टीत लहानपणा हा मोठेपणाला तो मोठा आहे याची जाणीव होण्यास मदत करत असतो. कोणीतरी स्वतःकडे लहानपण स्वीकारले की मोठेपणाला त्याचे मोठेपण मिरवायला मदतच होत असते. धाकटा जन्म घेतो तेव्हाच मोठ्याला तो मोठा आहे याची जाणीव होते. चित्रकला असो की फोटोग्राफी यातपण प्रसंग निवडताना, किंबहुना त्याचे चित्रण करताना, त्यात आपण निवडलेल्या गोष्टींची युक्ती ही त्या चित्रात किंवा फोटोत दृष्टीआकर्षिता निर्माण करत असते. आपण स्टील लाईफ चित्रकलेचा अभ्यास करताना याचा नेहमीच विचार करतो, नव्हे तर तो करावाच लागतो. अन्यथा, त्या फोटोमध्ये काहीतरी उणीव असल्याचे जाणवत रहाते.

फोटोतच नव्हे तर निसर्गात आणि अगदी आपल्या देहाच्या अवयवांच्या आकारमानातसुद्धा आपल्याला हे एक लहान तर एक मोठे असे आकार दृश्यपूर्णतेला हातभार लावत असतात, हे समजून घेतले पाहिजे. जसे आपले हात आणि पाय, नाक आणि डोळे, कान आणि ओठ यांचे आकार हे एकमेकांस पूरक आहेत, म्हणूनच आपण सुंदर दिसतो. लहानपणी आपण निसर्गचित्र साकारताना अगदी सहज डोंगर हा एक मोठा तर एक छोटा असे चितारतोच; पण त्या डोंगरामागून डोकावणाऱ्या सूर्यदेवाची प्रकाशकिरणेपण एक छोटे तर एक मोठे असेच काढत असतो. यालाच फोटोग्राफी किंवा चित्रकलेत 'वेट बॅलन्स' असे म्हणतात.

हे फक्त फोटोग्राफीतच नाही तर प्रत्येक गोष्टींकडे आपण नीट लक्षपूर्वक बघितले तर आपल्याला जाणवेल की, एका मोठ्या आकारमानासोबत छोटा आकार फोटोमध्ये सामावला तर तो फोटो प्रेक्षणीय दिसतो. अक्षरांची गंमतपण अशीच आहे. 'का' आणि 'र' या दोन छोट्या अक्षरांसोबत 'ॐ' हे मोठे अक्षर जोडले की 'ॐकार' असा भारदस्त शब्द बनतो. आपण थोडे अजून स्पष्ट करून समजण्यासाठी एक प्रयोग करूया. मी सांगते ती युक्ती, कल्पना करा आणि पुढील गोष्टी नजरेसमोर आणल्यात तर त्यातली गंमत तुम्हीच अनभवू शकाल. चला तर मग, कल्पनाशक्तीला थोडे खेळायला लावूया.

हत्ती आणि हत्तीचे पिल्लू, एवढा महाकाय हत्ती त्याच्या सोबत छोटे पिल्लू आले की त्यांच्या आकारमानाची जाणीव होते. बदक आणि त्याचे पिल्लू, वाघ आणि त्याचे बछडे, माकडीण आणि तीचे पिल्लू, अशी अनेक दृश्यं आता आपल्या नजरेसमोर येऊ लागतील. डायनासॉर चित्रपटात त्याचा विशाल देह भासण्यासाठी सोबत छोटे डायनासोर पळताना दाखवलेले आपल्याला आठवतच असेल. आळीपाळीने अशी चित्रं नजरेसमोर आणताना आपल्याला त्यातील दृश्यभानता जाणवू लागेल. वेट बॅलन्स अगदी आपल्या घरातच असते हे जाणवले का कधी. बघा बरं आता विचार करून. घर, त्याची भिंत, भिंतीचा दरवाजा आणि त्यासमोरची खिडकी. वाटी-चमचा, तांब्या-पेला, हंडा-कळशी, बादली-लोटा, पळी-पंचपात्री, गादी-उशी अशा अनंत जोड्या आपण लावल्या की आपल्या लक्षात येईल की, एका छोट्या गोष्टीशिवाय मोठी गोष्ट अपूर्ण आहे. जीवनातपण आधी आपण 'श्री ग णे शा' असे शब्द आधी शिकतो, मग वाक्य मग कविता आणि मग धडे. मोठे झालो की कादंबऱ्या त्यांची जागा घेतात. छोटे पाऊल टाकताना आपला तोल गेला नाही की आपला आत्मविश्वास द्विगुणित होतो आणि मग आपण आधी चालायला आणि मग धावायला सुरुवात करतो. बेसनाचा लाडू त्यावरच्या छोट्या बेदाण्यामुळे खुलून दिसतो आणि आईस्क्रीमच्या डोक्यावर लालचुटूक छोटीशी चेरी हळूच हसत असते.

दृश्यातील अदृश्य दिसायला लागले की, फोटोग्राफी करताना एक वेगळी अनुभूती मिळते. निसर्गाच्या सान्निध्यात सागराची गाज ऐकत पहाटे पहाटे फोटोग्राफी करणे ही 'फोटो' 'योगसाधना' आहे. त्याची अनुभूती शब्दातून वर्णन नाही करता येणार. कलिंगड, भोपळा ही मोठ्या आकाराची फळे खरंतर विशाल वृक्षावर असायला हवी; पण नाही. निसर्गकारणे वेगळा विचार विशाल वृक्षी आंबा, जांभूळ, पेरू, चिकूचा आकार इवल्या वेलीवरी पसरे भोपळ्या कलिंगडाचा भार. भले थोरले फणस पदस्पर्शी भव्य वृक्षाच्या पायी, पपई लटके हडकुळ्या खोडाच्या ठायी, नभांगणी विशाल चंद्र सूर्याचा आकार, पौर्णिमेस ही तो भासे गोजिरा आणि चंद्रकोरीतही जरा लाजरा. 'फोटोग्राफीचा छंद शोधी मकरंद किरण सेवनानंद' असा अनुभव आहे. यावरून आपल्याला समजते की जगातला कोणताही कॅमेरा फोटो काढत नाही. कॅमेरा घेतला म्हणजे, फोटोग्राफी आली किंवा गाडी घेतली म्हणजे चालवता आली असे नसते. उत्तम गोष्ट येण्यासाठी मग ती कोणतीही असूदे, शिकण्यासाठी आपली मानसिकता असेल तरच आपण त्यात प्रावीण्य संपादन करू शकतो. गुरूची शिकवणी आणि आपले कामातील सातत्य उत्तम फोटोग्राफीसाठी आवश्यक असते. फोटो काढणे ही कला प्रथम स्वतःला आनंद देणारी आणि तो आनंद जगाला मिळवून देणारी अशी कला आहे. आपण काढलेले फोटो बघून आपल्यालापण असे फोटो काढता येतील का, असा विचार फोटोदृश्यातून निर्माण होणे, ही आपण काढलेल्या फोटोची पावती असते. आपल्याकडे कोणता कॅमेरा आहे याचा विचार करण्यापेक्षा तो कॅमेरा मला कसा वापरता येईल हे शिकणे महत्त्वाचे आहे. नाहीतर 'बोलावा विठ्ठल, पहावा विठ्ठल' म्हणण्यापेक्षा 'विठ्ठलाच्या पाई थरारली विट' ती विट बघा किती छोटी; पण त्यावरी उभा कर कटेवरी जगाते उद्धारी...

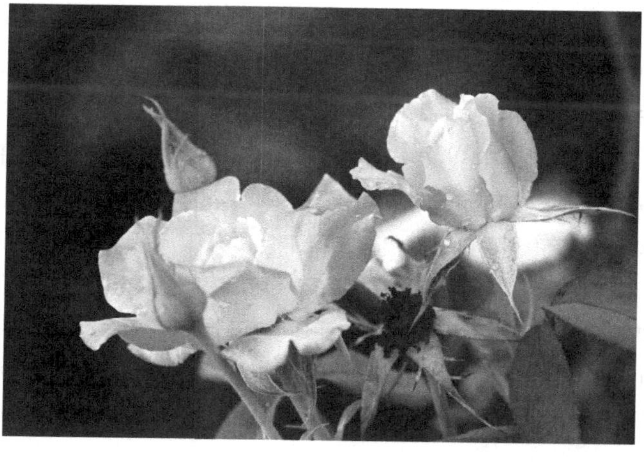

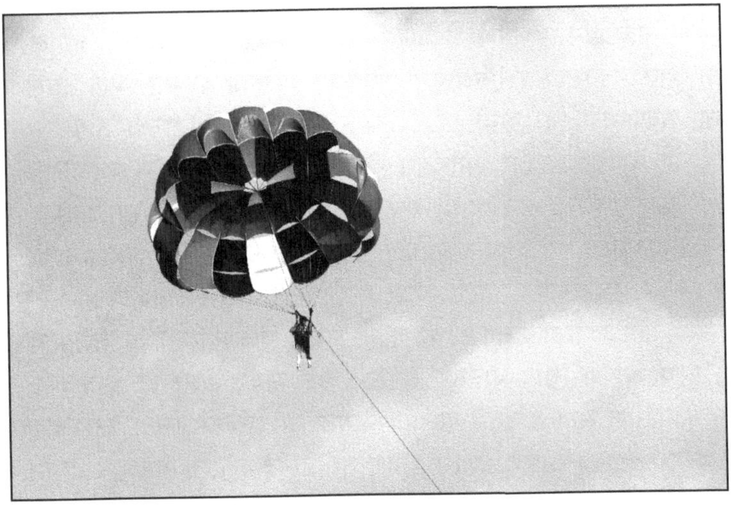

१०. चौकटीतील चौकट

'के चाँद खिला, वो तारे हसे, ये रात अजब मतवारी है'...

चंद्र, चांदण्यांच्या चौकटीतील ती रात्र कविला किती सुंदर भासत आहे. त्या चंद्र-चांदणी चौकटीत ती बंदिस्त केली तरी ती हवीहवीशी वाटत आहे. बंधन सहसा कोणालाच नको असते. स्वच्छंदी आणि मुक्त जीवनाची ओढ ही प्रत्येकालाच आकर्षित करत असते. 'ब्रेकींग द रूल्स' हा नियम संगीत, चित्रकला आणि फोटोग्राफी यामध्ये आणणे हे त्या कलाकाराचे सामर्थ्य असते. जीवनात नेहमीच्या वाटा सोडून आडवाटेवर भटकंती करण्यासाठी तशी इच्छाशक्ती असावी लागते. कॅमेऱ्याचा शोध लागला आणि चित्रकाराला समस्या भेडसावू लागली की, आता आपल्याकडे चित्र काढून घेण्यासाठी कोण येणार? आणि त्यातून जन्म झाला मॉर्डन आर्टचा. प्रॉब्लेम असणे याचाच अर्थ सोल्युशन आहे असा आहे. आपण मार्ग न शोधता, 'किती मोठा प्रश्न आहे मला, मी काय करू?' असा प्रश्न स्वतःलाच विचारत बसतात आणि काय

करावे ते शोधण्याचा प्रयत्न करत नाहीत. महान इटालीयन चित्रकार रॅमरंड यांच्या स्टुडिओच्या छपराला एक लहानसे छिद्र पडलेले होते. त्या छिद्रातून सूर्यप्रकाशाचा किरण तिरका होऊन त्यांच्या स्टुडीओत प्रवेश करत असे. त्या फुटक्या छपरातून येणाऱ्या त्या प्रकाश किरणांचा अतिशय योग्य प्रकारे उपयोग करत ते आपल्या मॉडेलला त्याखाली अशा रीतीने बसवत, की तिच्या डोळ्याच्या आणि नाकाच्या एका बाजूला एक छोटासा त्रिकोण दिसू लागे. त्यानंतर ते तिचे पोर्ट्रेट चितारत असत. या एका प्रकाश किरणामुळे त्या मुलीच्या पोर्ट्रेटला एक ग्लॅमरस लुक मिळून तिच्यापेक्षा ते पोर्ट्रेट अधिक सुंदर दिसत असे. त्यांची ही ट्रिक पुढे 'पोर्ट्रेट पेंटींग' या विषयात त्यांचे नाव अजरामर करती झाली. खरी गंमत तर पुढेच आहे. फोटोग्राफी कॅमेराच्या माध्यमातून करता येऊ लागली आणि चित्रकारांच्या चित्रांचा अभ्यास करून लाईट आणि शॅडो माध्यमातून फोटो काढताना याच प्रकाराला 'रॅमरंड लाईटींग' असे त्या चित्रकाराचे नाव दिले गेले. उपलब्ध परिस्थितीतून वेगळी वाट निवडताना इतिहास घडत असतो याचे हे एक प्रातिनिधिक उदाहरण म्हणावे लागेल. फोटो काढताना त्यासाठी जे काही नियम म्हणून स्वीकारले गेले ते चित्रकलेचेच नियम आहेत. याकरिता आर्ट गॅलरीजना भेटी देऊन त्या चित्रांचा केलेला अभ्यास उत्तम फोटोग्राफी करताना आपल्याला नक्कीच होत असतो.

जरी आपल्याला चौकटी बाहेर जाऊन एखादी गोष्ट करावी असे वाटले, तरी ते प्रत्येकवेळी छानच दिसेल असे नसते. कलाकाराला स्वातंत्र्य घेणे नेहमीच आवडत असले तरी, कलेला काही प्रमाणीतपणा असणे, हेपण तितकेच आवश्यक असते. सर्वसामान्य आणि फोटोग्राफीतील विशेष काही माहिती नसणाऱ्या व्यक्तीला आवडलेला फोटो हा खरा सुंदर फोटो असतो असे जरी असले, तरी फोटो काढताना आपण त्यात येणाऱ्या गोष्टी आणि त्यांची सीमारेखा यांचा विचार करण्यासाठी काही ट्रिक्सचा वापर केल्यास चौकटीतील चौकट खुलून दिसते. पूर्वी फोटोला फ्रेम करून तो भिंतीवर लावण्याची पद्धतच होती. लग्न झाल्यानंतर पति-पत्नीचे फोटो एका रांगेत भिंतीवर विराजमान झालेले असत. मूल जन्माला आले की मग त्याचे फोटो; फ्रेमची जागा घेत असत. कॅलेंडर चित्राचे आणि तारखेचे तसेच वडीलधाऱ्या व्यक्तींचे पोर्टेट असलेली फ्रेम भिंतीवर शोभत असे. मागील काही वर्षांपूर्वी भिंतीवर दर आठवड्याला निसर्गचित्रांची फ्रेम बदलून नवीन फ्रेम लावण्यासाठीचा व्यवसायच सुरू झालेला होता. आता मोबाईलमध्ये जरी आपण फोटो काढत असलो, तरी त्यातपण विविध प्रकारच्या फ्रेम फोटोवर ॲड करण्यासाठी सोय केलेली असते. यात तर आपण हवे तेव्हा, हवी तशी

फ्रेम आपण बदलू शकत असतो. यात आपले योगदान किती? जे कोणीतरी आयते करून दिलेले आहे त्याचा आपण फक्त उपयोग करत असतो. पॅकफुड आणून मायक्रोव्हेव्हमध्ये गरम केले की आपण उत्तम पदार्थ बनवला, असे होत नाही. सॉफ्टवेअरनी प्रथम कर्तव्य पार पाडले ते म्हणजे माणसाला आळशी करणे. भविष्यात येणारी स्मार्ट होम त्याचा कळस गाठणार आहेत. फ्रीजमधील दूध संपले की तोच त्याची ऑर्डर नोंदणी करेल. आपण काही लक्षात ठेवायची गरजच नाही याचा परिणाम स्मरणशक्तीवर तर होणारच आहे; पण आपला मेंदू हापण स्पष्ट शब्दात सांगायचे तर गंजून जाणार आहे. फोटोग्राफी ही एक अशी कला आहे की प्रत्येक फोटो काढताना आपण विचार करून तो काढण्यासाठी आपल्या मेंदूला कामाला लावले तर नवनवीन कल्पना प्रत्यक्ष चित्ररूपाने जन्म घेतील. महान चित्रकार एम.एफ.हुसेन यांच्या चित्रांचे निरीक्षण केल्यास असे दिसून येते की, त्यांच्या चित्रांच्या रेषा या अनेक चौकटी घेऊन चित्राला जन्म देतात. चित्रकार होण्यापूर्वी ते खेळणी बनवण्याचा उद्योग करणाऱ्या सुताराकडे काम करत असल्याने आपसुकच त्यांच्या चित्रात वळणे न येता त्रिकोण, चौकोन आणि चौकटीचे आकार प्रामुख्याने दिसून येतात. आपला खरा गुरू हा निसर्गच आहे. आपण लेखाच्या सुरुवातीला चंद्र-चांदण्यांची चौकट बघितली, तशीच चौकट निसर्गात जागोजागी आहे जी आपल्याला शोधायची आहे.

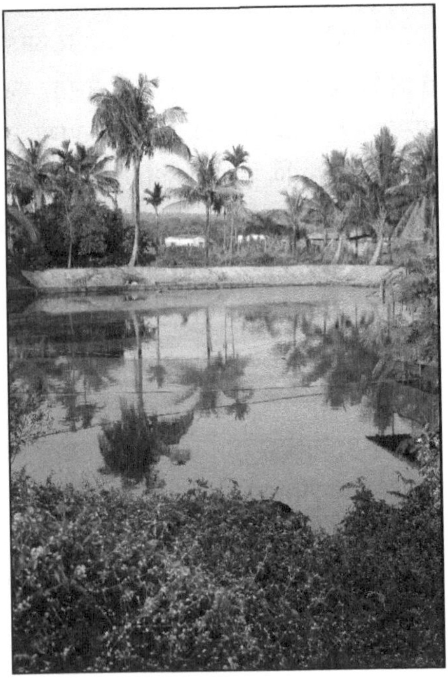

आपली पृथ्वी हीसुद्धा या आकाशाच्या चौकटीतच विहार करत असते आणि त्या पृथ्वीच्या फ्रेममध्ये माणूस आपल्या व्यक्तिमत्त्वाने खुलून दिसत असतो. आकाशाच्या फ्रेममध्ये डोंगर, डोंगराच्या फ्रेममध्ये सूर्य, आणि या साऱ्यांच्या चौकटीत वाहती नदी आणि खेळकर समुद्र. यांच्याच चौकटीत डुलणारी झाडे, आणि जमिनीच्या चौकटीत शेती आणि फुलझाडे व त्या चौकटीत असते आपले घर, आणि घराच्या चौकटीत असतो

आपण, आणि आपल्या मनाच्या चौकटीत असते एक चित्र. जसा विचार तसे चित्र, आणि जसे चित्र तसे जीवन. सारे एकमेकांच्या चौकटीत बसून एकमेकांना खुलवीत असतात.

...'समझने वाले समझ गये है, ना समझे, ना समझे वो'.....

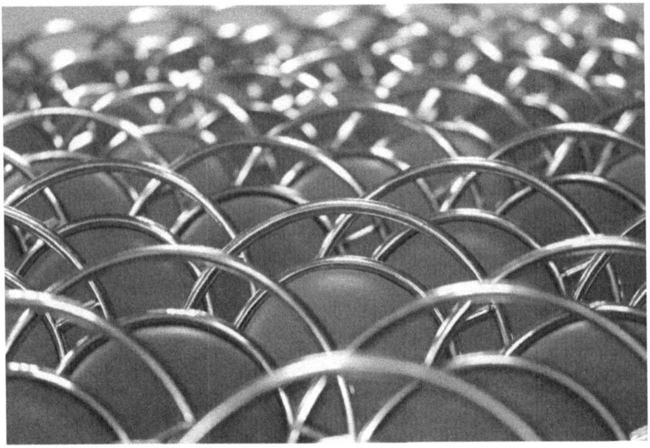

११. आखीव रेखीव

आपल्या सगळ्यांच्या जगण्याची एक विशिष्ट पद्धत असते. फोटोग्राफी करतानापण प्रत्येक जण त्यातून आपला एक वेगळा विचार मांडत असतो. प्रत्येक जण फोटोग्राफी करताना किंवा जगताना वेगळा विचार करतोच असे नाही. कदाचित काही गोष्टी इतक्या अंगवळणी पडलेल्या असतात की, त्यासाठी विशेष प्रयत्न करावे लागत नाहीत. आपल्या घरी रोज बनणारे साधे वरण, भात, भाजी-पोळीचे जेवण करणे हे इतक्या सहजतेने होते की जणूकाही आपण काहीच केलेले नाही. आपण फक्त पदार्थ एकत्र केले, आणि झाले जेवण तयार. खरंच! असं होत असत का? ज्याने कधीच जेवण बनवलेले नाही त्याला साधा भात लावतानापण अनेक प्रश्न पडतात. जेवणारे किती तर तांदूळ किती घ्यावा? तो घेतला तर पाणी किती टाकावे? त्यानंतर भात शिजला आहे की नाही याचा शोध घेणे म्हणजे अजून कठीण काम. तुम्ही म्हणाल, या सगळ्याचा फोटोग्राफीशी काय संबंध. म्हटले तर आहे, म्हटले तर

नाही. कोणतीही गोष्ट करणे म्हणजेच एक कला आहे. साध्या चालण्याच्या विविधतेतून चार्ली-चॅपलीन यांनी जगाला हसवले. लहान ते थोर सगळेच त्यांच्या प्रेमात पडले. 'टॉम अॅन्ड जेरी'चे कार्टून फिल्म बघताना त्यांच्या चालण्यात आणि पळण्यात याच चार्लीचे साधर्म्य जाणवते. कोणतीही गोष्ट जास्तीतजास्त लोकांना आवडण्यासाठी तिच्यामागे सखोल अभ्यास आणि विचार केलेला असावा लागतो. फोटोग्राफीच्या स्पर्धेत निकाल देणारे तीन किंवा पाच जण असतात; पण त्यांनी दिलेला निकाल हा सर्वांनाच मान्य होतो. हे असे कसे घडते बरं!

आखणी करून केलेली प्रत्येक गोष्ट रेखीव होतेच असे नाही. आखणी करताना त्या गोष्टींचा अभ्यास करणे जास्त महत्त्वाचे असते. चित्रकाराच्या मनात जसे चित्र आधी मनात जन्म घेत असते. रोजचे जेवण बनवण्यापेक्षा विशेष काही पदार्थ बनवायचे असतील तर त्यासाठी योग्य गोष्टींची निवड आणि त्यांचा आवश्यक तेवढाच वापर करण्याची आवश्यकता असते. फोटो काढणे हे मोबाईलवरून सहज शक्य झाल्याने रोजचा फोटोचा रतीब घालणे जगभर सतत चालूच असते. कोणालाही आपण हा फोटो का काढला? असे विचारले, तर सहज उत्तर मिळते की, मोबाईल होता म्हणून काढला. असे असंख्य फोटो छंद म्हणून काढले जातात आणि अगदी सहज डिलीट केले जातात. त्याचाच परिणाम मानवी नातेसंबंधांवर नकळत होतो आहे हे कदाचित आपल्या लक्षातपण येत नाही. सोशल मीडियामुळे सोसत नाहीत इतके मित्र-मैत्रिणी रोज जोडले जातात आणि तितक्याच सहज डिलीट केले जातात. चित्रकार कधी चित्र काढून फाडून टाकताना बघितले आहे का? नाही ना! कारण त्या चित्रात त्याचा आत्मा असतो. चित्र विकले जावे म्हणून ते काढणारे वेगळे आणि आपल्या मनाच्या कल्पनेला प्रवाहीत होऊ देणारे चित्र वेगळे. पूर्वी जेव्हा फोटोग्राफीचा छंद साकारण्यासाठी फिल्म विकत घ्यावी लागत होती आणि कॅमेरा हाताळायला मिळणे दुर्मीळ गोष्ट होती; तेव्हा प्रत्येक फोटो काढताना आधी विचार करावा लागत असे. हल्ली फोटो काढून झाल्यावर विचार करत बसतात. हा चांगला की तो चांगला. हा ठेऊ की नको ठेऊ. हे म्हणजे फ्रेंडशिप रिक्वेस्ट अॅक्सेप्ट करायची आणि मग ठरवायचे हा चांगला आहे की वाईट. एखादी कल्पना असो की व्यवसाय असो; सगळे करतात म्हणून आपणही करून बघू, यात यशाचा भाग फक्त आणि फक्त नशिबावर अवलंबून असतो. ते प्रत्येकवेळी साथ देतेच असे नाही. फोटोग्राफीतील अनेक प्रकार आणि कंपोझीशन्स आपण अभ्यासत आहोत आणि अभ्यासणार आहोत. 'उक्ती तितक्या युक्ती'. डिजीटल माध्यमाने आपल्याला करून दिलेल्या सोईचा आपण योग्य रितीने

उपयोग करून घेतला तर आपली फोटोग्राफीची कला निश्चितच एक वेगळेपण घेऊन अवतरेल.

फोटोकाढण्यापूर्वी आपण विचार करणे आवश्यक असते हे आत्तापर्यंत आपण शिकलोच आहोत. तो फोटो कशाचा आणि का काढत आहोत याचे स्पष्ट चित्र आधी आपल्या विचारात असेल तर काढलेला फोटो डिलीट करण्यासाठी वेळ खर्च करावा लागणार नाही. फोटोग्राफीचा छंद हृदयातून जन्माला आला आणि विचारातून साकारला गेला तर, येणारा प्रत्येक फोटो मनाची सतार झंकारून जाईल यात शंकाच नाही. फोटो कशाचा काढायचा असतो?

वाढदिवस असू दे की विवाहसमारंभ; हजारोंच्या संख्येत काढण्यात आलेल्या फोटोत अप्रतिम असे किती फोटो असतात? मी सांगणार नाही. आपणच विचार करून बघा. आज म्हणूनच आपण एका वेगळ्या विषयांवरील फोटोंचा विचार करणार आहोत. फारच कमीजण या विषयांवर विशेष काम करताना आढळतात. आखीवरेखीव हा विषय प्रख्यात फोटोग्राफर श्री. श्याम मणचेकर यांनी फक्त शेवाळ्याचे फोटो काढून त्यातील सौंदर्य आपल्याला दाखवून दिलेले आहे. सृष्टीमध्ये तसेच मानवनिर्मित गोष्टींमध्ये आणि अगदी लग्नसमारंभातपण असे काही सौंदर्यपूर्ण तसेच विवाधरंगसंगती आणि चित्रविचित्र मनमोहक आकारांचे पॅटर्न आपल्याला दिसत असतात. अर्थात, त्यासाठी आपण थोडे आडनजरेने त्याकडे बघण्याची युक्ती करणे आवश्यक आहे. आकाश, समुद्रकिनारे, खडक, झाडे, भिंती अगदी लग्नातील जेवणसामान प्रत्येक गोष्टीत विशिष्ट आकार आणि चित्रकल्पना लपलेली असते. एका परदेशी फोटोग्राफरने भारतातील समुद्रकिनाऱ्यांवरील वाळुचे विविध आकार चित्रित करून त्याचे प्रदर्शन पॅरिसला भरवले होते. उकळणाऱ्या चहामध्येसुद्धा सुंदर चित्रे उमटत असतात. चहात बुडत जाणारे साधे बिस्कीटपण प्रकाशाचे नवरंग दाखवत हलकेच तळाला जाते. डोंगर-दऱ्या तर आहेतच; पण साध्या साध्या गोष्टीत अगदी रेखीवपणे मांडलेल्या काटेचमच्यातपण एक पॅटर्न दृष्टीस पडतो. आपण विविध कारणाने निरनिराळे संदेश सोशल मीडियावरून कॉपी पेस्ट करत ओळखीच्या व अनोळखींच्या वॉलवर शेअर करीत असतो. आपण स्वतःचा संदेश स्वतःच बनवावा. त्यामुळे आपल्या बुद्धीलापण चालना मिळेल. स्वतःचा तो संदेश आपण फोटोतून काढलेल्या पॅटर्नवर सॉफ्टवेअरच्या माध्यमातून लिहीला तर, असे आपण तयार केलेले फोटो शेअर करताना एक वेगळा आनंद तर आपल्याला मिळेलच, तसेच आपण जे फोटो काढतो त्यामागे एक वेगळी कल्पना असते याची जाणीव आपण करून देऊ शकतो. जगात नावाजलेल्या आर्किटेक्टना त्यांनी केलेली वेगळी कल्पनाच त्यांना नाव मिळवून देणारी ठरली.

कोणताही विचार आणि कल्पना नव्याने साकारताना ती लगेच समजते असे होत नाही. कारण, ती जगावेगळी असते. कवीने म्हटलेच आहे की, ‘डोळ्यात वाच माझ्या तू गीत भावनांचे, शब्दाविना कळावे संगीत जीवनाचे’....

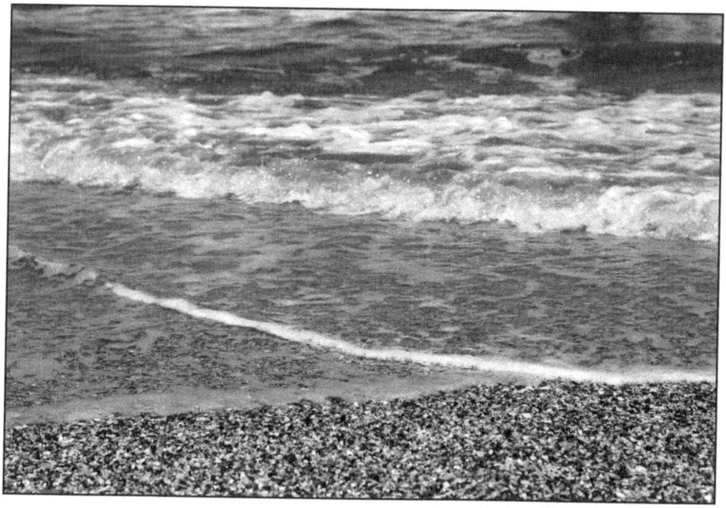

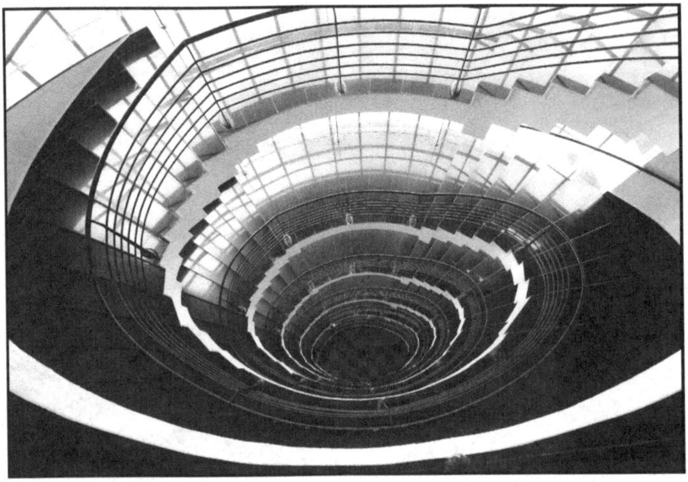

१२. नियमातील अनियम

टॉलस्टॉय यांची एक छान गोष्ट आहे. दोन लहान मुली खेळता खेळता भांडू लागतात आणि त्या त्यांचे भांडण घेऊन आपापल्या आईकडे येतात. थोड्याच वेळात त्या दोघांच्या आया भांडू लागतात आणि इकडे त्या मुली पुन्हा खेळण्यात रमलेल्या असतात. गोष्ट तशी साधी; पण त्यातील शिकवण ही नक्कीच आपल्याला काही शिकवून जाते. सरळ मार्गाने जाण्यापेक्षा आडवाटेने जाण्याचा प्रयत्न करणारे कधीकधी एका नव्या गोष्टीला जन्म देतात. हैद्राबाद येथील चित्रकार श्री.सूर्यप्रकाश यांचा चित्रांच्या आकृतीकरणाला विरोध होता. त्यांनी अर्ध-अमूर्त निसर्गचित्रांचे प्रयोग केले. 'ॲबस्ट्रॅक्ट रिॲलिटी' या पुस्तकात त्यांची चित्रे संकलित केलेली आहेत. नियम याचाच दुसरा अर्थ आहे की, कोणी अनियमितपणे वागू लागले की त्यापासून होणाऱ्या त्रासापासून वाचण्यासाठी बनवलेल्या गोष्टी. रस्ता ही एकच गोष्ट घेतली तर कितीतरी नियम हे फक्त रस्त्यावरून चालण्यासाठी किंवा प्रवासासाठी

बनवलेले आहेत. नियम बनवावे लागतात; कारण, कोणीतरी नियमबाह्य वर्तन केलेले असते म्हणून. आधी कोणीतरी चुकीचे वर्तन केले म्हणून नियम बनवण्यात आले, की आधी नियम बनवले आणि मग आपण त्यांचे पालन करू लागलो हे 'आधी कोंबडी की आधी अंडे' या कोड्यासारखे आहे. सर्वच नियम हे मनात आले म्हणून बनवले जात नाहीत तर काही नियमांना शास्त्रीय आधारपण असतो. जसे डावीकडून चालावे याचे कारण आपल्या डाव्या डोळ्यांना उजव्या डोळ्यांपेक्षा थोडे अधिक दृष्टीज्ञान आहे. साहजिकच डावीकडून मार्गक्रमण केल्यास धक्के न बसता आपण सहज मार्गक्रमण करू शकतो. परदेशात लेफ्ट हॅन्ड ड्राईव्हचे प्रमाण जास्त असण्यामागे हाच तर हेतू आहे. नियम जेव्हा बनवले जातात तो कालावधी ते नियम बनवण्यासाठी खूपच महत्त्वाचा असतो. म्युझियमभध्ये फोटोग्राफी करू नये हा नियम ब्रिटिशांनी बनवलेला आहे. त्या काळात फोटो काढण्यासाठी जो फ्लॅश वापरला जात असे त्यात एका बल्बचा उपयोग करावा लागे. प्रत्येक फोटो काढण्यासाठी एक बल्ब वापरावा लागत होता. फोटो काढताना फ्लॅश उडाली की बल्ब फुटत असे आणि त्यातून एक प्रकारची पावडर बाहेर उडत असे. ही पावडर म्युझियममधील वस्तूंवर उडून त्या खराब होऊ नयेत म्हणून हा नियम बनवला गेला. आज फोटो सॅटलाईटमधून घेता येतात तरी हा नियम तसाच आहे. कालौघाप्रमाणे नियमात बदल करणे आवश्यक असते; पण विचारात कोण घेतो. अनेक गोष्टी अशाच मागील पानावरून पुढे चालू असतात. कितीतरी गोष्टी अशा आहेत की, आपण असे का करता? असे विचारले तर 'माहीत नाही आमच्या वाडवडिलांनी केले म्हणून आम्हीपण करत आहोत' असेच बहुधा उत्तर येते. कलेच्या प्रांतात मात्र वैचारिक स्वातंत्र्याला सीमारेषा असतात आणि नसतात हे त्या कलाकारांच्या प्रतिभाशक्तीवर अवलंबून असते.

फोटोग्राफी करताना प्रकाश हेच माध्यम महत्त्वाचे आहे हे आपल्याला माहिती आहेच. त्याचा उपयोग वैविध्यपणे करून चित्रात गंमत आणण्याची युक्ती याकामी नक्कीच उपयोगात येते. व्यक्तीचा फोटो काढताना जर प्रकाश डोक्यावरून आणला तर ती व्यक्ती जास्त रेखीव दिसते आणि तोच प्रकाश जर पायाकडून वर आणला तर तीच व्यक्ती भयानक भासते. आपण भीतिदायक चित्रपट पहातो त्यात अशीच खालून-वर येणाऱ्या प्रकाशाचे आयोजन केलेले असते, जेणेकरून व्यक्तीची सावली तिच्यापेक्षा मोठी पडते आणि वास्तवापेक्षा भीतिदायक अवस्था निर्माण होते. लग्नसमारंभाच्या ठिकाणी प्रवेशद्वारापाशी श्री गजाननाची मूर्ती का ठेवलेली असते ते ठेवणाऱ्यांनाच माहिती. या मूर्तीवर केलेली प्रकाशयोजना बहुतांश वेळी मूर्तीच्या पायाकडून वर

केलेली असते आणि त्या मूर्तीतील प्रेमभाव लुप्त झालेले असतात. यापुढे कधी कोणाच्या लग्नाला गेलात तर खास करून ही गोष्ट बघाच म्हणजे आपल्या पण लक्षात येईल प्रकाशाची ही गंमत.

आपल्याला नेहमी एकच प्रकाश बघण्याची सवय आहे तो म्हणजे 'सूर्यप्रकाश'. हा प्रकाश १८० डिग्रीतून आपल्यावर तसेच निसर्गावर फिरत असतो. एक प्रकाश आणि म्हणूनच एक सावली बघायची आपल्या डोळ्यांना सवय झालेली आहे. रात्री खेळली जाणारी क्रिकेटची मॅच बघताना, खेळाडूंच्या चार सावल्या बघताना म्हणूनच गंमत वाटते. कोणतीही गोष्ट सहजपणे केली जाते याचाच अर्थ ती अंगवळणी पडलेली असते. जेव्हा याच्या विरुद्ध काही करावे लागले, तर सुरुवातीला चटकन ते आत्मसात होत नाही किंवा पटतही नाही. तावूनसुलाखून घेतल्यावर कधीकधी ही विरुद्ध वाटणारी गोष्टच योग्य वाटू लागते आणि आपण तिला सरावले जातो. प्रख्यात शास्त्रज्ञ आइनस्टाइन यांनी म्हटले आहे की, 'गोष्टी सोप्या असणे चांगलेच असते; पण त्या जास्त सोप्या झाल्या की चुका होण्याची शक्यता असते'. विचारांची देवाणघेवाण करण्यासाठी बोलणे आणि लिहीणे तसेच चित्र किंवा फोटोतून व्यक्त होणे या कला अस्तित्वात आल्या. पत्रव्यवहार, तार, फोन, पेजर, ई-मेल, सोशल मीडिया आणि आता व्हॉटस अप किंवा इन्स्टाग्रामच्या माध्यमातून व्यक्त होणे इतके सोपे झाले आहे की, जसे एक नवीन माध्यम उपलब्ध झाले की मागचे माध्यम कालौघात हळूहळू नाहीसेच होते किंवा ते वापरण्याची गरजच संपून जाते. सायन्सच्या नियमाप्रमाणे कोणतीही गोष्ट जिचा वापर होणे थांबले की ती नाश पावण्याकडे तिची सुरुवात होते. विज्ञान आणि विज्ञानाची प्रगती ही होतंच रहाणार. आपण फक्त त्याचा उपयोग कसा करतो यावर आपले अवलंबत्व आधारित रहाणार आहे. फोटोग्राफी ही अशी कला आहे की

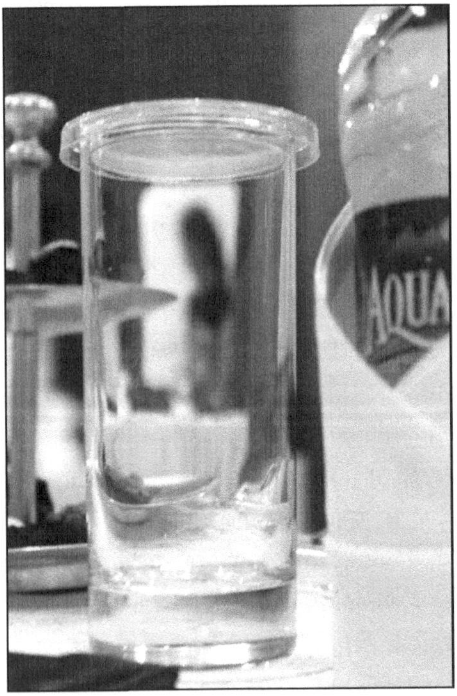

नियमात राहून आणि नियम डावलूनपण साकारता येते. ब्रेकींग रूल्स फक्त कुठे आणि किती हे मात्र शिकावे लागते. अलीकडे खाद्यपदार्थांचे वैशिष्ट्यपूर्ण फ्युजन केलेले दिसते, तसेच चित्रकलेत किंवा फोटोग्राफीत असे स्वातंत्र्य घेऊन कलाकार एका वेगळ्या चित्रमितीची निर्मिती करू शकतात. वाटेवरून चालताना कधीकधी तिरक्या वाटेवरून चालण्यातपण गंमत असते, जसे वाळूतून फिरताना मधेच पाण्यात पाय टाकण्याची एक वेगळी मजा असते. मोजून मापून केलेल्या गोष्टीत जसा एकाकार असतो, तसेच न तोलता न मोलता काढलेल्या फोटोत अनेकाकार आपले वेगळेच

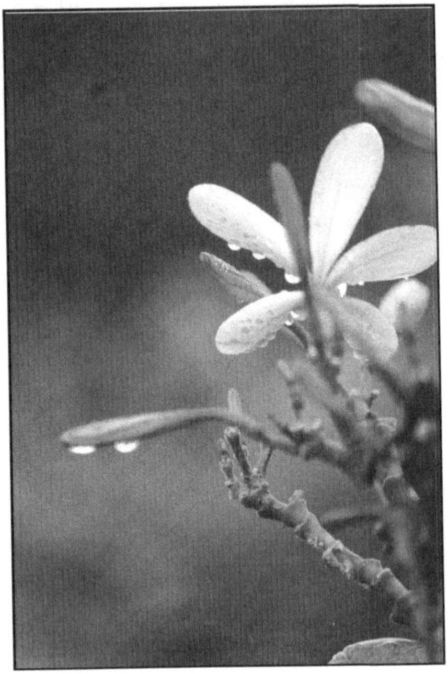

रूप घेऊन अवतरतात.

१३. हिंडणवारा...

संत ज्ञानेश्वरांच्या एका ओवीतील एक शब्द 'उनाड वारा' आणि 'हिंडणारा वारा' यातली गंमत अगदी सहजपणे अनुभवास येते. मन हेपण हिंडणवाराच आहे, उडत असतं सारखं या कल्पनेतून त्या कल्पनेवर. सतत काहीतरी निर्माण करण्याचा ध्यास त्याला स्वस्थ बसू देत नाही. काही गोष्टी सहज घडतात त्या जाणवत नाहीत. मनाला सजग करतात अशा गोष्टी, नक्कीच आधी नजरेला एक नवा विचार देणाऱ्या ठरतात. आऊट ऑफ द बॉक्स विचार करणाऱ्यांसाठी संधी कधी आणि कशी येईल हे सांगता येत नाही. गरज असते ती आपण स्वतःला किती अपडेट ठेवतो याची. श्यामची आई चित्रपट बघणारे सगळेच श्याम होत नाहीत; पण काहीतरी चांगले मनावर कुठेतरी नक्कीच बिंबविले जाते. फोटोग्राफी ही कला कॅमेरा, लेन्स आणि अलीकडच्या काळात उपलब्ध झालेली अनेक प्रकारची उपकरणे; यांचे निर्माण नसून

ती कला एक क्रिएटीव्ह आर्ट आहे. यंत्रातून निर्माण होणाऱ्या गोष्टीला मन नसतं; पण त्यातून होणाऱ्या निर्मितीमागे जर एक निश्चित विचार असेल तर जन्माला आलेले निर्माण ते आपल्या मनाला सुखावणारे असते. फोटोग्राफीचा छंद आणि त्यातून विकसित झालेली फोटोग्राफीची कला, ही म्हणूनच यंत्राची निर्मिती नसून ती 'हिंडणवाऱ्या' मनाची आहे.

'अंगणी अवघ्या तळे साचले भिडल्या जलधारा' किती सुंदर पावसाचे वर्णन कवीने केलेले आहे. खरे तर शब्दांची योग्य मांडणी म्हणजेच कविता आणि त्या मांडणीतून मनात ऊद्‌भवणारे भाव म्हणजे काव्य. प्रकाशाच्या माध्यमातून साकारतो; ते असते तसेच एक दृश्य. पण त्या दृश्यातील कल्पना मनाला साद घालते तेव्हा तो केवळ एक फोटो रहात नाही तर तो मनमित्र होतो. वर्षानुवर्षे जपून ठेवावा असा एखादाच फोटो पहाताना कधीही कंटाळा येत नाहीच उलट त्या आठवणी पिंगा घालू लागतात आणि 'गेले आंब्याच्या वनी, म्हटली मैने सवे गाणी' हे गाणे मनात रुंजी घालू लागते. पाऊस सुरू झाला आहे, निसर्ग त्याच्या पूर्ण सामर्थ्याची परिसीमा ओलांडून बहरतो आहे. पावसाची हीच खरी गंमत असते. झाडे, पाने, फुले, पक्षी, प्राणी पृथ्वीतलावरची समस्त जीवसृष्टी आनंदी झालेली असते, आणि हा आनंद हृदयात पाझरला तर मनात उतरतो आणि अगदी सहज कॅमेरा नजरेसमोर येतो व एक दुर्मीळ क्षण आपलासा होतो.

फोटोग्राफीच्या कलेतील हीच तर खरी युक्ती आहे की आपण कुठेही असलो तरी जे दिसते त्यातून नेमका भाग आपल्याला भावायला हवा, आणि मग त्यात काय हवे आणि काय नको याचे क्रिएशन करून फोटो टिपायला हवेत. पावसाळ्यात जरी फोटो काढण्यासाठी खूपच मजा येत असली, तरी सर्वप्रथम आपल्या कॅमेरा आणि लेन्स यांची काळजी कशी घ्यावी हे खूपच महत्त्वाचे आहे. (१) शक्यतो आवश्यक तितकेच सामान घ्यावे जेणेकरून खूप पाऊस आला तर आपली भंबेरी उडणार नाही. (२) मोठ्या आकाराची आणि लोखंडी दांडी नसलेली (लाकडाची दांडी असलेली छत्री मिळते) कारण विजेचा धोका कमी होतो. (३) कॅमेऱ्यासाठी रेनकोट मिळत नसेल तर जाड प्लॅस्टिकची पिशवी उपयोगात येते. (४) एक एक्स्ट्रॉ चार्ज केलेली बॅटरी असेल तर वीज गेली तरी अडचण होणार नाही. (५) आपल्यासाठी थोडा मोठ्या साईजचा रेनकोट घेतला तर कॅमेराबॅगपण त्याच्यातच सामावते. (६) वेगवेगळ्या लेन्स घेतल्या तर त्या बदलताना विशेष काळजी घेणे आवश्यक असते. (७) १८/१३५ सारखी एकच लेन्स यावेळी खूपच उपयोगी पडते. (८) मायक्रो फोटोग्राफीसाठी यावेळी खूपच गोष्टी नजरेस येतात म्हणूनच मोठ्या आकाराची छत्री उपयोगात येते.

(९) पायात गमबुट असतील तर उत्तम, त्यामुळे पाय कोरडे राहातात. (१०) मोजके सामान, सावध चाल आणि ससाण्याची नजर असेल तर पावसात फोटोग्राफीचा छंद जोपासणे एक पर्वणीच असते. मोबाईल बंद ठेवणे हे यावेळी आवश्यक आहे. विजा चमकत असतील तर मोबाईल चुकूनही चालू करू नये. उतारावरून पुढे जायचे असेल तर ज्याच्याजवळ कॅमेरा नाही आहे असा एक साथीदार खूपच महत्त्वाचा असतो. 'पुढच्यास ठेच मागचा शहाणा' याप्रमाणे तो बिनाकॅमेऱ्याचा वाटाड्या सर्वांच्या पुढे राहून पायाखालची वाट, खड्ड्यात साचलेल्या पाण्याची खोली यांची तपासणी करून आपली वाट निर्धोक बनवतो. आपल्या जवळ महागड्या गोष्टी असल्याने सांभाळत चालणे, चटकन हाताला येईल त्या झाडाची फांदी न पकडणे याकडे लक्ष देणे. फोटोग्राफीसाठी निघण्यापूर्वी व्यवस्थित पोटोबा नाही केला, तर आपला वाटेत विठोबा होणारचं याची खात्री बाळगा. कोणत्याही गोष्टींसाठी पूर्वनियोजन आणि अभ्यास खूपच महत्त्वाचा असतो. विशिष्ट ठिकाण जसे की दगडी खोबण, गुहा, पत्रा शेड व झरोके मिळाले तर त्या ठिकाणांचा आसरा आपल्याला सुंदर फोटो टिपण्यासाठी नक्कीच उपयोगी पडतो. फीक्स लेन्स असलेले कॅमेरे बहुधा वॉटरप्रूफ असतात; त्यांचा उपयोग छानच होतो. लक्षात असूद्या; वॉटर रेझीस्टन्स आणि वॉटरप्रूफ यामध्ये फरक आहे. लेन्सवर फील्टर असणे जसे आवश्यक आहे तसेच त्यावरील पाणी टिपताना काळजी घेणे तितकेच गरजेचे आहे. फोटोग्राफी करून रूमवर परत आलो की कॅमेऱ्याची बॅटरी, लेन्स सगळे वेगळे करून बाहेरच ठेवावे. रूम टेम्परेचरला या गोष्टी ॲडजेस्ट होऊन कोरड्या झाल्याची खात्री झाली की मगच त्या बॅगेत भराव्यात.

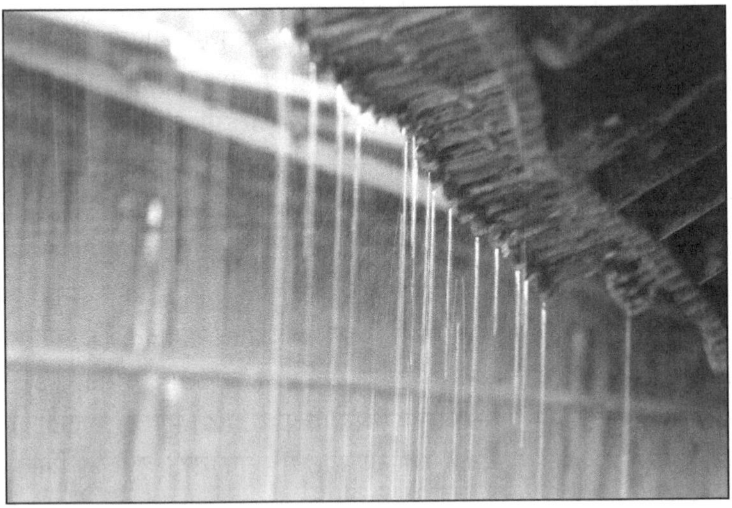

बॅगसुद्धा पूर्ण कोरडी होणे आवश्यक आहे. हे सगळे छान सुकले की, मगच बॅटरी चार्जींगला लावावी. गोष्टी छोट्या छोट्या आहेत; पण एखादी छोटी गोष्टच नुकसानाला कारणीभूत ठरते आणि कॅमेऱ्याने संप केला की मन उदास होते ते वेगळेच.

ऊन, वारा आणि पाऊस यांचा लपंडाव पहाता पहाता अचानक सुंदर दृश्य नजरेसमोर तरळते आणि आपले हात आपसुकच क्लिक करण्यासाठी वळतात. आपण जिथे जाणार आहोत त्या ठिकाणांचा गृहपाठ, सोबत घेतलेल्या नेमक्या वस्तू आणि नजर मनाची मैत्री निसर्गाला आपला सखा कधी बनवते ते समजतच नाही. कला, कृतीचा हा मेळ खेळीमेळीने खेळण्यात एक वेगळीच मजा अनुभवास नक्कीच येते. रोजच्या धकाधकीतून थोडा वेळ काढून भ्रमंतीला द्यावा त्यातून धो धो कोसळणाऱ्या धबधब्यांची फोटोग्राफी करता आली तर 'सोने पे सुहागाच.'

'हातात घेऊनी हात पाहू नाच पावसाचा

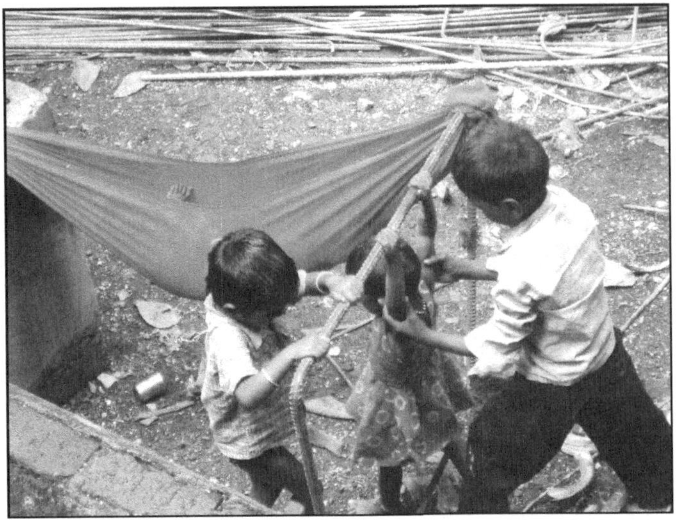

टीप टीप क्षण ते हिंडणवारा ऊन-पावसाचा।'

१४. भटक्या

'पाऊले चालती आठवणींची वाट...' प्रवास हा आपल्या जन्मापासूनच सुरू झालेला असतो. कोणाची वाट सरळ, तर कोणाची नागमोडी. कधी मागे फिरावे लागते तर कधी गोल फिरून पुन्हा त्या जागी परत यावे लागते. मागे वळून बघता येणारी; पण पुढेच जाणारी एकच वाट ती म्हणजे जीवनवाट... हा प्रवास आपल्या मर्जीने सुरूही होत नाही आणि आपण ठरवू तेव्हा संपतही नाही. आपले काम जसे आणि जे घडत जाईल त्यातील चांगल्या आणि वाईटाचे विश्लेषण करून 'पटो किंवा न पटो' प्रवास करत रहायचे. तसे बघितले तर कित्येकांचा प्रवास जरी संपलेला असला, तरी मार्गक्रमण करताना त्या व्यक्तीने तिच्या आयुष्यात केलेल्या गोष्टी जितक्या अप्रतिम असतील त्यावर पुढील अनेक वर्षे इतिहासाच्या माध्यमातून त्यांच्या त्या पाऊलखुणांचं आपल्याला मार्गदर्शन मिळते. शास्त्रज्ञ, डॉक्टर, इंजिनीअर, योद्धे,

राजकारणी, समाजकारणी तसेच आचारी आणि फोटोग्राफरसुद्धा यात मागे नाहीत. 'स्ट्रीट फोटोग्राफी' या प्रकारात असेच एक नाव आपल्याला मार्गदर्शक आहे ते म्हणजे प्रख्यात फोटोग्राफर हेनरी कार्टीयर यासाठीच आपण म्हणतो 'मरावे परी किर्तीरूपे उरावे'.

अनेक कारणांनी प्रत्येकाला वेगवेगळ्या माध्यमातून प्रवास हा करावा लागतो. फोटोग्राफीचा छंद असणाऱ्यांसाठी 'स्ट्रीट फोटोग्राफी' हा आवडता विषय आहे. यासाठी आपल्याला घटनेपलीकडे बघण्याची ट्रिक जमावी लागते. वाईट बघू नये, वाईट ऐकू नये, वाईट बोलू नये ही त्रिसूत्री आपल्याला माहिती आहेच. अनेक भ्रमणध्वनीधारक आजच्या युगात याचे तंतोतंत पालन करताना आपल्या आजूबाजूला दिसतात. त्यासाठी फक्त आपली दृष्टी तयार झाली पाहीजे. यातला गमतीचा भाग सोडला तर आपल्या खरंच असे लक्षात येईल की, आपण विज्ञानाने उपलब्ध करून दिलेल्या उपकरणांच्या माध्यमातून नकळत त्याच्या इतके अधीन झालो आहोत, की आपल्या सभोवती काय घडते आहे याचे भानच कमी होत चाललेले आहे. लोकलमध्ये प्रवासाच्या निमित्ताने अनेक लोक काही काळ का होईना एकत्र आलेले असतात. एक वेळ अशी होती की शेजारच्या प्रवाश्यांसोबत गप्पा मारता मारता प्रवासही छान होत असे. अनेकदा यातून कायम मैत्री आणि ओळख होऊन त्याचा चांगला उपयोगही झाल्याचे आपल्याही अनुभवास आलेच असेल. जसे आपल्याला सोबत प्रवास करणारे प्रवासी दिसतात, तसेच डोळे आणि मनाची कवाडे उघडी असतील तर याच प्रवासात आपल्याला घटनेतील घटना दिसू शकते. यासाठी भटक्या होण्याची मात्र तयारी हवी.

ऊन, पाऊस, वेळ, काळ याची फिकीर न करता थोडीशी सावधगिरी बाळगून आपण या फोटोप्रवासाची तयारी केलीत, की अलिबाबाची गुहा उघडलीच म्हणून समजा. भाजी मार्केट, मच्छी मार्केट, आडवळणाचे रस्ते, नदी आणि समुद्र किनारे, रानवाटा आणि पायवाटा, गर्दीची ठिकाणे याठिकाणी फोटोग्राफी बरेचजण करत असतात; पण ते फोटो काढताना एक वेगळी नजर असेल तर त्या फोटोत अशी काही गंमत आढळते, की चटकन ती कोणाच्या लक्षात येत नाही. फोटोग्राफीची कला ही वैचारिक भूमिकेतून शिकलेली असेल तर आपल्याला या गमतीजमती, तर कधी एखादी संवेदनशील घटना चित्रबद्ध करता येऊ शकते. फोटोपत्रकारिता हा एक स्वतंत्र विषय आहे. कधीकधी वर्तमानपत्रातून काही असे काही फोटो आपल्या बघण्यात येतात, की त्या क्षणाचे आपणही साक्षीदार असतो. पण आपल्याला त्यातील फोटो दिसलेला नसतो, आणि म्हणूनच आपण स्तिमित होतो. अचंबा, आश्चर्य, दचकणे या

संवेदना आपल्याला या फोटोच्या माध्यमातून जाणवतात. विचार करायला लावणारे प्रसंग, घटनेतील गांभीर्य आणि कधीकधी पुन्हा न घडू शकणाऱ्या गोष्टी या माध्यमातून चित्रित होतात. चमत्कार हा शब्दपण कधीकधी आपल्या प्रत्ययास येतो. आपण त्या ठिकाणी त्यावेळी उपस्थित असणे, हा कधीकधी नशिबाचा भाग पण असू शकतो. यासाठीच उत्तम फोटो मिळण्यासाठी कधीकधी नशिबाची साथ आवश्यक असते.

स्ट्रीट फोटोग्राफीसाठी भटकणे जितके आवश्यक, तितकेच कुठे आणि कोणत्या वेळी जावे याची जाण आवश्यक असते. तसेच तुम्ही किती तत्परतेने तो क्षण टिपू शकता हेपण तितकेच महत्त्वाचे असते. मान्यवरांचे खून होतानाचे फोटोपण काही फोटोग्राफरना असे मिळाले आहेत, की बघताना आपण अचंबित झाल्याशिवाय रहात नाही. जागरूकता आणि तिसरा डोळा आपल्यात असेल, तर नक्कीच आपण काही घटना, तर काही क्षणचित्रे टिपू शकता जी कधी गंमत, तर कधी शिकवण आणि कदाचित दस्तऐवज म्हणून नोंदवली जातात. फेरीवाले, विक्रेते, प्रेक्षणीय स्थळे ही ठिकाणे जशी याकरिता महत्त्वाची असतात तसेच वादळ, पाऊस, अतीवृष्टी, कडाक्याचे ऊन किंवा थंडी या काळातपण आपल्याला चमत्कारिक, तर कधीकधी जाणिवांना हात घालणारी दृश्यचित्रे मिळू शकतात. फोटो ही जगातील एकमेव अशी भाषा आहे जी कोणालाही समजते, कारण ती मनाची भाषा आहे. युनोमध्ये, बॉम्बस्फोट झालेल्या घटनेचा फोटो बघून दुसरे महायुद्ध थांबवण्यात आले होते हा इतिहास आहे. आपल्याकडे फोटोंच्या माध्यमातून डॉक्युमेंटेशन करणे हे तितकेसे प्रचलित नाही. पूर्वीच्या काळी कॅमेऱ्यातील फोटोंचा रोल बदलताना किंवा अचानक रोल संपल्यामुळे कित्येक अप्रतिम फोटो टिपण्यासाठी फोटोग्राफर हुकलेले आहेत. जेव्हा आय.एस.ओ. कॅमेऱ्यात नसून रोलवर होता; तेव्हा अपुऱ्या प्रकाशामुळेपण फोटो दिसत असूनही त्यावर पाणी सोडण्याची वेळ आलेली आहे. अनेकदा डार्करूममध्ये रोल डेव्हलप केल्यानंतर पश्चात्तापाच्या भूमिकेतून अनेक प्रकाशचित्रकार गेलेले आहेत. तसेच महत्त्वाचे चित्रीकरण करण्यासाठी हेलीकॉप्टरमधून निघालेले कै.गोपाळ बोधे सरांनी कॅमेऱ्यातील रोलमध्ये दोनच फोटो शिल्लक आहेत असे लक्षात आल्यावर पुढे गोंधळ नको म्हणून हवेत सहज हात बाहेर काढून ते दोन फोटो क्लिक केले आणि अनपेक्षितपणे 'गेट-वे ऑफ इंडीया'च्या चारही मिनारांच्या आतमध्ये असलेल्या डोंबचा फोटो मिळाला आणि आपल्याकडे एरीयल फोटोग्राफीची सुरुवात झाली. सर 'एरीयल फोटोग्राफर' झाले.

विज्ञानाने डिजीटल फोटोग्राफीच्या शोधातून आता या तिन्ही गोष्टींवर मात केलेली आहे.

आय.एस.ओ., मेमरी कार्ड आणि कॅमेऱ्याचा शटर स्पीड यांच्या साहाय्याने

जळी, स्थळी, पाषाणी आणि अगदी कमी प्रकाशातसुद्धा आज आपण फोटोग्राफी करू शकतो. फोटो काढल्यानंतर जरी तो बघण्याची सोय असली, तरी ती स्ट्रीट फोटोग्राफीसाठी प्रत्येकवेळी उपयोगी पडेलच असे नाही. एखादा क्षण असा असतो की तो पुन्हा घडत नाही. जसे भात्यातून सुटलेला बाण आणि मुखातून निघालेला शब्द मागे घेता येत नाही. यासाठीच आपले फोटोग्राफीचे शिक्षण आणि फोटो टिपण्याची तत्परताच याकामी उपयुक्त ठरते. ही वाट तशी बिकट असली तरी, तुम्ही चिवट असलात तर तिखट फोटोपण नक्कीच मिळू शकतो.

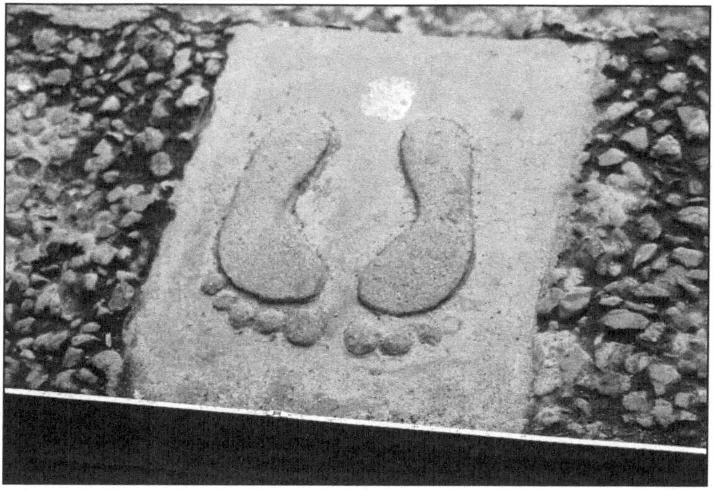

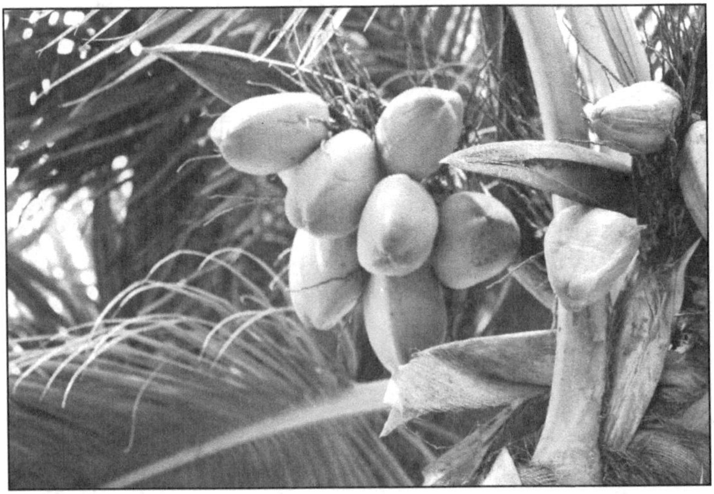

१५. रसना तृप्ती

'देवा अन्न दिलेस तू मज तुझे आभार मानू किती' ही कवितेची ओळ वाचताना त्यातील हा देव कोण, असा विचार येत असे. अन्नासाठी लागणाऱ्या गोष्टी तर बाबांनी आणलेल्या असतात. मग देव कोण? मग जसेजसे समज येत गेली, तसे लक्षात आले. या निसर्गाचा निर्माता जरी देव या संकल्पनेचा भाग असला, तरी अन्न पिकवण्यासाठी आभाळाकडे डोळे लावून बसलेला, जलधारा मातीवर अमृतरूपात बरसू लागल्या की, आनंदाने गाणे गात गात नांगर हाती धरून पेरणी करणारा शेतकरी हाच तो देव. या देवाने ऊन-पावसात कष्ट करून पिकवलेले अन्नधान्य आपल्या घरी येते तेव्हा या कवितेची दुसरी ओळ मला खूपच आवडते.

'आईनेही पदार्थ सुंदर नवे केले प्रयासे किती' आपण भारतवासी किती भाग्यवान आहोत. आपल्या राज्या-राज्यातून अन्नाचे इतके विविध प्रकार आहेत की, आपण त्यांची विविधता बघून आश्चर्यचकित होतो. जिवंत असलेल्या प्रत्येकाची प्रथम गरज

श्वास तर दुसरी, अन्न आणि पाणी. केळीच्या पानावर वाढलेले साग्रसंगीत मराठमोळे सुग्रास जेवण जितके मनाला भावते तितकेच विविध प्रांतातील विविध पदार्थ आपल्या आत्म्याची तृप्ती करतात. ओरिसामधील छेनापोडा, बंगालमध्ये बेगुन भाजा, पोटोलेर डोलमा, ढोकर डालना, मिष्टी पुलाव, संदेश. केरळ प्रांतात मलबार बिर्याणी, करिमन पोलिचट्टू, थोरण, ओलन, अवियल, कोट्टू करी, पायसम, फणसाचे प्रथमन. राजस्थान मध्ये दाल-बाटी, चुरमा, कढी, दाल तडका, कचौरी, बाजरामेथी रोटी, गट्टेका पुलाव, हलवा, घीवर, बालूशाही, मावा कचौरी, छेना मालपुवा. असे विविध खाद्यपदार्थ आपल्यापर्यंत येण्यासाठी प्रथम कारण असतो तो शेतकरी.

फळफळावळांनी तर आपण किती समृद्ध आहोत हे फक्त आंबा या फळांच्या राजाच्या प्रजाती बघितल्या तरी आपल्या लक्षात येईल. आंबा हापूस व पायरी-महाराष्ट्र, बदामी-कर्नाटक, दशहरी-उत्तरप्रदेश, केशर-जुनागढ, चौसा-पंजाब, लंगडा-उत्तरप्रदेश, मुलगोबा-तामिळनाडू, नीलम-हैद्राबाद, रसपुरी-कर्नाटक, हिमसागर-पश्चिम बंगाल, ओडिसा-तोतापुरी, आंध्रप्रदेश-बंगनपल्ली. आपण नाव वाचूनच चक्रावतो. आपण हे सगळे आंबे कसे दिसतात. त्यांची लागवड कशी होते? हे बघितले आहे का? मग फोटोग्राफीच्या डिजीटल माध्यमातून आपण हे नक्कीच करू शकतो. फक्त आंबाच नाही, तर सर्व प्रकारची फळे आणि जिराइती, बागायती शेतीचे प्रकार आपण फोटोग्राफीच्या माध्यमातून चित्रित करू शकतो. फोटोसहित माहिती देणारे पुस्तक आपण शेती या विषयावर करू शकतो. शहरातील मुलांनी जसे दूध कोण देतो, याचे उत्तर 'भैय्या देतो' असे देऊ नये असे वाटत असेल, तर शेतीचित्रेही विविध प्रकारचे ज्ञान जतन करू शकतात. विशेष करून आयुर्वेदीक वनस्पतींची संख्या अगणित आहे; पण त्याचे फोटो काढून त्याबद्दलची माहिती संकलित करणे हा एक उत्तम व्यवसायसुद्धा होऊ शकतो.

पालेभाज्यांची एक वेगळीच गंमत आहे. ठरावीक भाज्या सोडल्या तर नेमके कोणत्या पाल्याला कोणती भाजी म्हणतात ते फक्त भाजी विकणाऱ्यालाच जास्त माहीत असते. आपण भाजीचे नाव सांगितले की, तो देईल तीच भाजी आपण सांगितलेली आहे यावर आपला विश्वास असतो. पालक समजून चुका आणण्याची चूक सहज होते. फोटोग्राफीचा छंद यांचे फोटो काढून नावासकट सोशल मीडियावर पोस्ट जर केले तर ते अनेकांचे अज्ञान दूर करू शकतील यात शंकाच नाही. पावसाळ्यात येणाऱ्या रानभाज्यांची तर नावेसुद्धा इतकी आहेत की त्यांना पाहता येणे तसे कठीणच. कंटोळी, पेंढरं, मेठ, स्वरशिंग, अलिम्ब, टेट्रू, रानवांगी, शिरीची फुले, बाफली, कंदमूळ, शेवळा, कार्टुली, कुरडू, दिंडा, अंबाडी, तांदूळ, टाकळा आणि कितीतरी.

शोधा आणि काढा यांचे फोटो, ही युक्ती आपल्याला एक नवे दालन उघडून देईल.

'सुजलाम सुफलाम्' आपला देश आहे आणि शेतीचे विविध प्रकार आणि तिचे प्रश्न सोडवण्यासाठी याचे चित्रीकरण मोलाचा हातभार लावू शकते. नैसर्गिक खर्चशून्य शेती करणारे सुभाष पाळेकर यांचे प्रयोग नक्कीच फोटोग्राफीच्या माध्यमातून अनेकांपर्यंत पोचू शकतात. नुकतेच सोशल मीडियावर शेतकऱ्यांसाठी बनवलेले फेसबुक पेजपण यासाठी खूपच प्रयत्नशील आहे. शेती आणि त्याला संलग्न असे मत्स्यशेतीचा विभाग यासाठी तितकाच उपयुक्त आहे. खरंतर शेतीच्या फोटोग्राफीचा विभाग हा संवेदनशील मनाला साद घालतो. यात फक्त चित्रण करणे हा भाग नसून शब्द, स्पर्श, रूप, रंग, गंध या पंचसूत्रांचे हे मिलन आहे. आपण आजारी पडल्यानंतर व्हिटॅमीनच्या गोळ्या आणि इंजेक्शने सहज घेत असतो. शेतीरूपातून आपल्यापर्यंत येणाऱ्या या अन्नधान्यात हेच गुणधर्म ठासून भरलेले असतात. व्हिटॅमीन ए-गाजर, तांबडा भोपळा, पिवळ्या-केशरी भाज्या, आंबा, पपई. लाल माठ, हिरव्या पालेभाज्या, रताळी, टोमॅटो, मासे. व्हिटॅमीन ई-शेंगदाणे, करडई तेल, नट्स, तेलबिया, कडधान्ये, डाळी, गडद हिरवी पालेभाजी.

व्हिटॅमीन के-हिरव्या पालेभाज्या टोमॅटो, फ्लॉवर, सोयाबीन तेल. व्हिटॅमीन सी-ताजी फळे, आवळा, संत्री, लिंबू, पेरू, टोमॅटो, मोडाची कडधान्ये, भोपळी मिरची, कोबी, पालेभाज्या. व्हिटॅमीन बी कॉप्लेक्स-आख्खी धान्यं, मोडाची कडधान्ये, डाळी, नट्स, तेलबिया, पालेभाज्या, मासे. विज्ञानाने निसर्गाकडूनच तर शिक्षण घेतलेले आहे. डिजीटल फोटोग्राफीमध्ये डाटा साठवणे आणि त्याचे प्रसरण तसेच प्रिंटींग करणे अतिशय सोपे आणि कमी खर्चाचे झालेले आहे. याचा उपयोग करून आपल्याकडे ॲग्रीकल्चर फोटोग्राफी ही जास्त प्रमाणात न करण्यात येणारी आणि विनाकारण दुर्लक्षित राहीलेली कला आपण हौस म्हणून जरी केलीत, तरी तिचा उपयोग लहानांपासून थोरांपर्यंत अन्नाकडे बघण्याची एका वेगळी दृष्टी देऊ शकतो. हिवाळ्यात उपयोगी बाजरी, मका, सोयाबीन, राजगीरा, शिंगाडा, उष्णता आणि प्रोटीन्स देतात. सुरण, रताळी, आरवी, बटाटा, ऊर्जा आणि व्हिटॅमीन्स देतात. खजूर सुके अंजीर, जर्दाळू, काळ्या मनुका, खारीक, बेदाणे, मिनरल्स देतात. आळीव, डिंक हाडांसाठी उपयुक्त आहेत. गूळ, मध उष्णता आणि खनिजे उपयुक्त तर पांढरे-काळे तीळ, शेंगदाणे, जवस, कारळे, सोयाबीन, पावटा, मसूर, चवळी, पापडी ही प्रोटीन्सने भरलेली असतात.

सोयानट, चणे, मोडाची कडधान्ये, बदाम, अक्रोड, काजू, पिस्ता, ही कॅलरीयुक्त तर आले, सुंठ, तुळस, गवती चहा, लसूण, सर्दी ताप, कफ, अंगदुखीवर औषधी.

हळद, लवंग, मिरे, दालचीनी, मोहरी, जंतुनाशक म्हणूनच फोडणीत तडतडवतात. धान्य, बिया, जमीन, पाऊस, प्रकाश ही पंचमहाभूते आपण प्रकाशचित्रात चित्रित करून त्या फोटोसोबत त्यांची उपयुक्तता अनेक माध्यमातून अनेकांपर्यंत पोहोचवणे ही त्या परभेश्वररूपी शेतकऱ्याच्या मेहनतीची एकप्रकारे परतफेडच होऊ शकते.

'वाया ना दवडीन अन्नकणही मी जेवताना कदा' ही त्याच कवितेतील पुढची ओळ आपल्या स्मरणात रहाते.

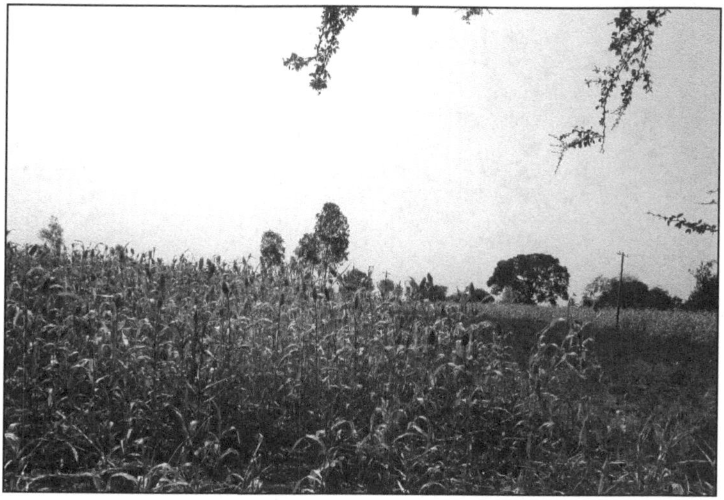

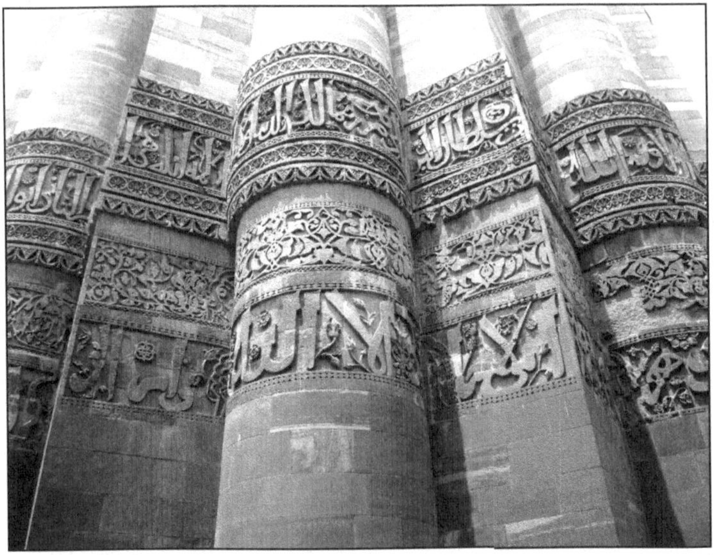

१६. स्थापत्यकलाचित्र

'अक्षर अक्षर जोडत होतो' शब्द शब्द जोडत होते एक ओळ, आणि ओळी ओळी जोडत होते एक कविता' जी कधीकधी आपल्या मनाचा असा ठाव घेते की तिला आपण विसरूच शकत नाही. दिसायला निर्जीव असले तरी दगडावर दगड, विटेवर विट, चुना, माती, सिमेंटचा रेनकोट तर कधी संगमरवरी शालू नेसून उभी रहाते एक वास्तू आणि कवीला ओळ सुचते बादशहाच्या अमर प्रीतीचे मंदिर एक विशाल, यमुनाकाठी ताजमहाल. आपले घर असेच असते; एक मंदिर. ज्या वास्तूत आपण रहातो तेथील वातावरण जर प्रसन्न असेल, तर वास्तुपुरुष प्रसन्न होतोच. दिवाळीला दारोदारी लावलेल्या पणत्या आणि काढलेल्या रांगोळ्या पाहून मनात वाईट विचार येतच नाहीत. सहज फिरता फिरता अशा अनेक वास्तू असतात की, तिचा फोटो काढण्यासाठी आपले हात सहज सरसावतात. एखादे छोटेसे मंदिरसुद्धा आपल्या काळजाचा ठाव घेते, तर आकाशभेदी इमारत बघून मानमोडेस्तोवर आपण अचंबित

होतो. मानवाला परमेश्वराने अशी बुद्धी दिलेली आहे की, त्यातून अनेक कल्पना आणि युक्त्या सुचतात व स्थापत्यशास्त्र गगनभरारी घेते. पिसाचा झुलता मनोरा; म्हणून तर जगातील आश्चर्य म्हणून त्याची नोंद घेतली जाते.

विज्ञानाने प्रगती केली असे आपण म्हणतो; पण त्याचा कितीसा उपयोग मानवाने योग्य रितीने करून घेतला आहे असा विचार येतोच. छत्रपती शिवाजी महाराजांनी बांधलेले गड-किल्ले असोत की इजिप्त मधले पिरॅमीड, आपल्याकडचा चारमिनार असो की कुतुबमिनार, लखनौचा भूलभुलैया असो की, जयपूरचा हवामहल, यादी संपणार नाही इतकी मोठी आहे. शतकानुशतके ऊन-वारा-पाऊस आणि निसर्गाचा प्रकोप होऊनही या वास्तू ताठ मानेने उभ्या आहेत. साधे रस्ते आणि पूल जेव्हा आपला जीव सांभाळू शकत नाहीत; तेव्हा नकळत पुरातन काळी उभ्या केलेल्या वास्तू बघून आपण नकळत नतमस्तक होतो.

वास्तुविशारदांचे हे चमत्कार कॅमेऱ्यातून विविध अंगानी टिपताना भान रहात नाही. ३२४ मीटर उंचीचा आयफेल टॉवर आणि १८०३ मॉन्युमेंट्स तसेच १७३ म्युझीयम्स असलेले पॅरिस जसे आर्किटेक्चरल फोटोग्राफीसाठी माहेरघर आहे, तसेच सिंगापूर आणि दुबईतल्या इमारती आपल्याला शीर्षासन करायला लावतात. आर्किटेक्चर आणि इंटीरीयर फोटोग्राफी तशा एकाच विभागात मोडतात. नवीन गोष्टी निर्माण करणे यासाठी आपली कल्पनाशक्ती काम करत असते. कलात्मकतेनी काढलेला फोटोसुद्धा या कल्पनेचाच कल्पनाविस्तार आहे.

डोळ्यांनी आपण प्रतिमा बघतो तेव्हा ती मेंदूतील पॅरिएटल लोबमध्ये तयार होत असते. पुढे ती मेंदूतील ऑक्सीपेटल लोबमध्ये जाते व ती आपल्या डोळ्यांना, मनाला स्पर्श करत असते. बऱ्याचदा ती लगेच विरून जाते; कारण आपल्याकडे त्यावर विचार करायला वेळच नसतो. जाहिरात ही एक अशीच कला आहे जी बघून कित्येक वेळा आपण विचार न करता ती गोष्ट विकत घेऊन येतो आणि मग कधीतरी निवांत बसलेले असताना आपल्याला जाणवते की मी ही वस्तू घेताना विचार का नाही केला? कल्पना सुचते; पण पुढे काहीच होत नाही, कारण आपण थोडे थांबून त्यावर थोडा विचार करत नाही. कल्पना येतच असतात; पण त्यावर जे काम करतात तेच तिच्या शक्तीचा उपयोग करून नवीन गोष्टी जन्माला आणतात. प्रत्येक कल्पनेवर थोडासा विचार करायची सवय लावून घेतली तर तुम्ही काढलेले फोटोसुद्धा वेगळे दिसू लागतील.

घरातील सजावट असो की भव्यदिव्य वास्तूंची फोटोग्राफी असो, गड-किल्ले, मिनार, इमारती, मंदिरे आणि प्रार्थनास्थळे असोत, यात महत्त्वाचा भाग असतो तो

प्रकाशाचा. तसे फोटो म्हणजेच लाईट हे आपण जाणतोच; पण प्रत्येक गोष्टीत प्रमाणाचे महत्त्व अबाधित असते. ते कमी झाले तरी प्रश्न आणि जास्त झाले तरी प्रश्न. लो की किंवा हाय की फोटोत वापरणे हा आपल्या आवडीचा भाग झाला. आर्किटेक्चर फोटोग्राफीत अतिशय महत्त्वाची गोष्ट असते ती तुम्ही साधलेली योग्य वेळ आणि प्रकाश किरणांचा उपयोग. आपला कॅमेरा ॲन्गल हा या फोटोग्राफीतील कळीचा मुद्दा ठरतो. कोणत्या कालावधीत कुठे जावे याचा अभ्यास, ज्या वास्तूचे फोटो काढायचे आहेत त्या वास्तुविषयीचा ग्रहपाठ हा आपल्याला उत्तम फोटो मिळण्यासाठी आवश्यक असतो. फोटो न काढताच त्या वास्तूत निवांत वेळ काढून बसणे व अंतर्बाह्य तिचे निरीक्षण अंतरंगातून केले तर त्या वास्तूत आपल्याला विविध कलात्मकतेनी घडवलेल्या गोष्टी नजरेस येतात. मुंबईतील छत्रपती शिवाजी टर्मिनस याचा उत्कृष्ट नमुना आहे. जसे प्रकाश आणि त्याची योग्य वेळ महत्त्वाची असते तसेच आपण वापरत असलेली लेन्स कोणती आहे तेपण तितकेच महत्त्वाचे असते. जसे पूर्वकालीन वास्तूत भव्यता आहे, तसेच समकालीन वास्तुविशारदांनी केलेली निर्मिती तीपण खरोखरच अप्रतिम आहे. वास्तूची सावली हीसुद्धा त्या वास्तूत जिवंतपणा आणते. कधी गेलात तर नेहरू सायन्स सेंटरच्या इमारतीच्या सावलीचे निरीक्षण करा. कधीकधी वेळ घालवण्यासाठी काढलेले फोटो चमत्कार करून जातात. असेच एक पुस्तक टाटा समूहानी छापले ज्याचा विषय 'मुंबईतील ॲन्टीक बाल्कनी' असा आहे. पती कामासाठी फिरत असताना गाडीत बसून रहाणाऱ्या त्यांच्या पत्नीने गंमत म्हणून काढलेल्या बाल्कनींच्या फोटोंचे चक्क पुस्तक निघाले आणि पोर्णिमेच्या रात्री दिसणाऱ्या ताजमहालचे फोटो विकून एका ऑस्ट्रेलीयन फोटोग्राफरने पैसे कमावले. डॉक्युमेंटेशन म्हणून जसे या फोटोग्राफीचे महत्त्व आहे, तसेच व्यवसाय म्हणूनपण ही कला उपयुक्त आहे. फ्रॅन्क लॉइड राईट, लुईस सुलीवन, ला करबुझर, मायस वॅन देर रोहे.

बकमिनीस्टर फुल्लेर, लुईस बरॅगन, कार्लो स्कार्पा, ताडाव आंडो ही जगातील नामांकित स्थापत्यविशारदांची अशी नावे आहेत की ज्यांनी या कलेचे रीतसर शिक्षण घेतलेले नव्हते आणि अप्रतिम अशा रचनांचे जग त्यांनी निर्माण केले. कल्पनेची भरारी आकाशापल्याड जाऊ शकते याचेच हे उदाहरण. समुद्राच्या लाटांना झेलत उभा असलेला सिंधुदूर्ग ही आपल्या हिरोजी इंदुलकरांची कारिगरी ज्याला तोड नाही. दिनांक २५ नोव्हेंबर १६६४ रोजी मालवण किनाऱ्यावरील मोरयाचा धोंडा या गणेश, चंद्रसूर्य, शिवलिंग कोरलेल्या खडकाची पूजा करून व समुद्राला सुवर्ण श्रीफळ अर्पण करून महाराजांनी सिंधुदुर्ग किल्ल्याच्या मुहूर्ताचा चिरा बसवला. किल्ला बांधण्यासाठी ५०० पाथरवट, २०० लोहार, १०० गोवेकर पोर्तुगीज व ३००० मजूर ३ वर्षे अहोरात्र

खपत होते. त्यातूनच निर्माण झाले महासागरातील महाआश्चर्य 'सिंधुदुर्ग' फोटोग्राफीचा कस लावतो हा किल्ला. बहिणाबाईंनी कवितेच्या माध्यमातून 'राऊळाच्या कळसाला लोटा कधी म्हणू नये' असे सांगत आपल्याला एक वेगळी दृष्टी दिली हे नक्कीच.

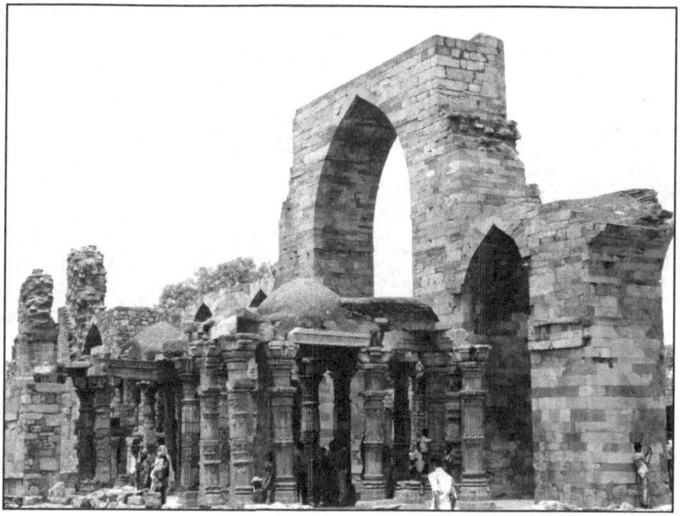

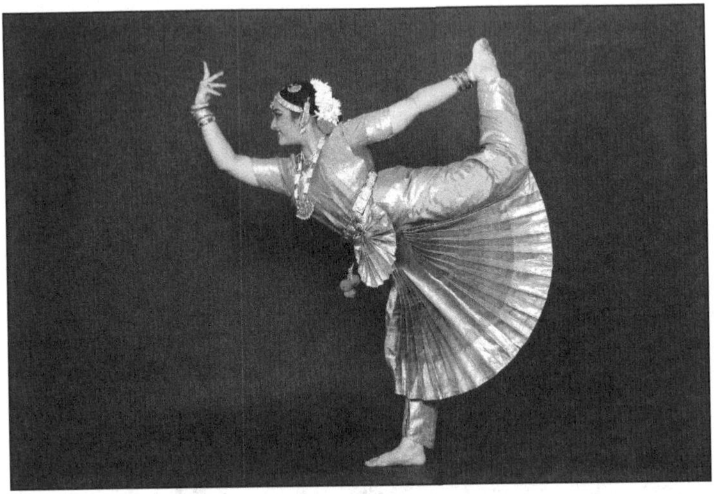

१७. संस्कृती संस्कार

शुभंकरोती कल्याणम् आरोग्यं धनसंपदा,
शत्रूबुद्धी विनाशाय दीपज्योती नमोस्तुते।।

'संस्कृती आणि संस्कार' हातात हात धरून चालत असतात. शुभंकरोती श्लोक तिन्ही सांजेला म्हणणे हा संस्कार आणि दिवेलागणीला देवाजवळ दिवा लावणे ही झाली आपली संस्कृती.

'कृ' या धातूवरून आलेला हा संस्कृती शब्द चांगले विचार करणे हेच दर्शवितो. प्रकृती, संस्कृती आणि विकृती हे तीन शब्द 'कृ' धातूमधून जन्मले. इंग्रजीत याला 'कल्चर' म्हणतात जो लॅटिन भाषेतील 'कल्ट किंवा कल्टस'वरून आला. त्याचा अर्थही 'काही चांगले करा' असाच आहे. मानव ज्यावेळी प्रगत होण्यासाठी प्रयत्न करीत होता; तेव्हा सतत भटकत राहण्यापेक्षा नदीकिनारी वस्ती करून शेती, मासेमारी, शिकार करून उदरनिर्वाह करणे हे त्याला सोईचे वाटले.

समूहप्रिय असलेला हा मनुष्यप्राणी जेव्हा एका जागी स्थिरावला; त्यातून जन्माला आली वस्ती आणि वस्तीतून समाज. जात ही त्याच्या कर्मानुसार त्याला पुढे चिकटली. असे वेगवेगळ्या ठिकाणी स्थिरावलेल्या समूहांच्या वसाहतींना स्थिरता आली तसे, मानवाला विचार करण्यासाठी वेळ मिळू लागला. भौतिक प्रगती करणे जितके आवश्यक आहे तेवढेच यापेक्षा मन आणि मनाची शांतता गरजेची आहे, याची जाणीव झाली. प्रेम, काव्य, नृत्य, गायन या कला, तसेच आपला सांभाळ करणारी कोणी अज्ञात शक्ती आहे, या विचारातून जन्माला आले अध्यात्म. धन, समृद्धी, ईस्टेट जमा करण्याबरोबरच माणसाला गरज भासली ती वाईट गोष्टी; म्हणजेच विकृत विचारांतून बाहेर पडून संस्कृत विचारांकडे जात, समाजाला शांततेसोबत एक शिस्त आणि सुसंस्कृत समाज म्हणून बनवण्याची. त्यासाठी प्रत्येक समाजाने आपल्या आपल्या समजांप्रमाणे संस्काराची व्याख्या केली आणि भिन्न भिन्न समाज, तसेच अनेक संस्कृती जन्माला आल्या. प्रत्येकाचे कल्चर जरी वेगवेगळे असले तरी, आशय एकच होता- शांतता.

आपल्याला माहितीच आहे की, रिकामा वेळ हा योग्य रितीने व्यतीत करण्यासाठी आपल्याकडे काहीच उद्योग नसेल तर, नको ते विचार डोके वर काढू लागतात. दिवसभराचे जगणे, तसेच आयुष्य शांततेत घालवण्यासाठी ऋतुकालानुसार विविध सण आणि त्या प्रीत्यर्थ आहारविहार तसेच नृत्य, गायन, नाटक, शिल्पकला, चित्रकला अशा चौसष्ट कलांची निर्मिती मानवाने निर्माण केलेल्या संस्कृतीतूनच उदयास आली. आपला देश तर नानाविध संस्कृती असलेला एक वैविध्यपूर्ण देश आहे. पाश्चिमात्य संस्कृतीचे जरी कितीही आकर्षण असले, तरी आपली हिंदू संस्कृती आपल्याला अभिमानास्पद वाटतेच. विविध सणांना सजूनधजून साजरे करणारी आजची तरुण पिढी आपल्याला हेच तर दाखवून देते. नवीन वर्षाचे स्वागत असो की होळी आणि दिवाळी असो 'आपली संस्कृती आपण जपली पाहिजे' हा विचार दृढ झालेला आहे. फोटोग्राफी कला जन्माला आलेली नव्हती त्यावेळी चित्रकला, शिल्पकला, वस्त्रकला अशा विविध कलांच्या माध्यमातून आपली संस्कृती आणि संस्कार पुढील पिढीला समजावेत यासाठी जतन केले गेले. पूर्व, पश्चिम, उत्तर, दक्षिण चारी दिशांना आपल्याला अनेक धर्म आणि त्यांच्या आचरणासोबत त्यांची संस्कृती हा खरंतर विस्तृत फोटोग्राफीचा एक स्वतंत्र विषयच आहे. कल्चर फोटोग्राफीचा अभ्यास करून त्यावर एका पुस्तकाची निर्मिती करणे ही युक्ती उपयोगात आणली तर याचा ऐतिहासिक दस्तऐवज नक्कीच होऊ शकतो.

कल्चरल फोटोग्राफी किंवा संस्कारप्रकाशचित्रे या कलेमध्ये माणसांच्या

जगण्याबद्दल, त्यांचे स्वभाव, राहणीमान, सणासुदीतून तसेच नित्य व्यवहारातून त्यांची जगण्याची पद्धत दर्शविता येते. विविध पेहराव आणि चेहरे यातपण संस्कृती दडलेली आहे, तशीच ती रस्त्यावरून फिरतानापण दृष्टोत्पतीस येत असते. आता लवकरच गजाननाचे आगमन होणार आहे, त्यावेळी फुलून गेलेले रस्ते आपली संस्कृती दाखविण्यात पुढे असतात. कोणी काही अचकट विचकटपणा केले तर ही आपली संस्कृती नाही, असा विचार चटकन मनाला शिवून जातो. ईद असो की दसरा, ख्रिसमस असो की पतेती प्रत्येक समाज आपल्या आपल्या संस्कृतीप्रमाणे ते सण साजरे करीत असतो. आपली वस्त्रे हीसुद्धा संस्कृतीचा एक भागच आहेत. आर्य, हिंदू, मुस्लीम, पारशी, शीख, सिंधी, मारवाडी, मद्रासी, केरळी, तामिळी आणि अगदी आदिवासीसुद्धा आपाआपली संस्कृती जतन करत असतात. समाजात वेगवेगळे राहूनसुद्धा विभिन्न जाती-जमातींनी आपली संस्कृती जपली तर समाजाची शांतता कधी भंग पावणार नाही. फक्त सणच नव्हे तर फुलांचे सण आणि खाद्य संस्कृती जत्रा यासुद्धा आपल्या आपल्या संस्कृतीतील वैशिष्ट्ये विविध माध्यमातून समाजासमोर आणत असतात. संस्कृती जशी माणसांची असते तशीच ती शहरांची आणि गावांचीसुद्धा असते. मालवणी, गोवेकरी, राजस्थानी, कोकणी अशा विविध संस्कृती. अगदी खाण्याच्या पदार्थांच्या जत्रेमधून तर बंगाली नवरात्रात आणि गुजराथी, मारवाडी रास-गरबा खेळात आपली संस्कृतीच तर दाखवताना दिसून येतात. भांगडा, कुचीपुडी, मणीपुरी, भरतनाट्यम्, दशावतार हे असे सर्व प्रकार कला म्हणून निर्मिले. त्याचा उपयोग जसा मनोरंजनासाठी होतो, तसाच तो संस्कृती जपण्यासाठीपण होतंच असतो.

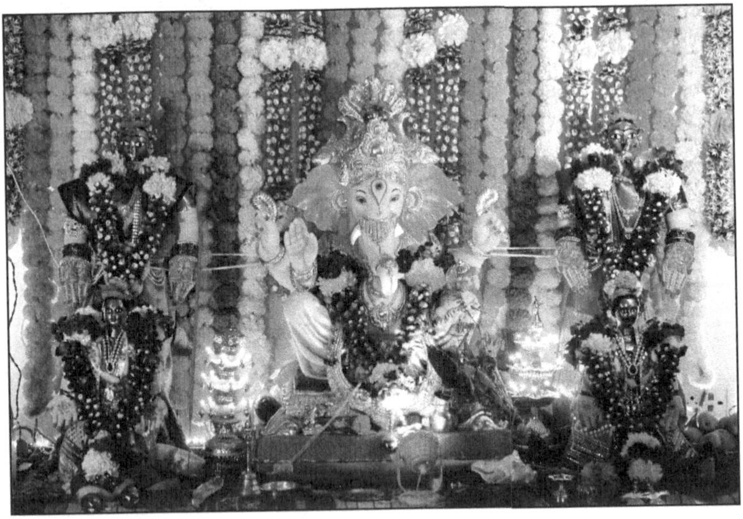

आपण नीट विचार केलात तर आपल्या असे लक्षात येईल की, जगातील कोणतीही संस्कृती ही कधीच विकृतीचा प्रसार करत नाही. आपले जीवन शांततेत व्यतीत होण्यासाठी फक्त धनसंपत्ती उपयोगी पडत नसते, तर मनाची शांतता ही कुठेही धन देऊन मिळत नसते. ती तर संस्कारी वागण्यातून मिळते. देव, धर्म, आचार, विचार यांच्या जपण्यातून चांगले वागण्याची कला शिकवते; ती संस्कृती. आपल्या आजूबाजूला वावरत असणाऱ्या समाजाकडे आपण नीट बघितले तर ती आपल्याला जागोजागी दिसून येते. अशा विविधअंगांनी नटलेल्या, सजलेल्या आणि मोहरलेल्या संस्कृतीचे चित्रण करणे हीच खरंतर एक कलासंस्कृती होऊ शकते. काही रंगसुद्धा काही संस्कृतींचे दर्शन घडवतात. 'वारकरींची वारी' ही संस्कृतीच नव्हे काय? संतांनी आपल्याला 'ऊस डोंगा परी रस नोहे डोंगा' या रचनेतून आपली संस्कृतीच तर सांगितली आहे. गरज आहे ती फक्त आपण विचार करण्याची.

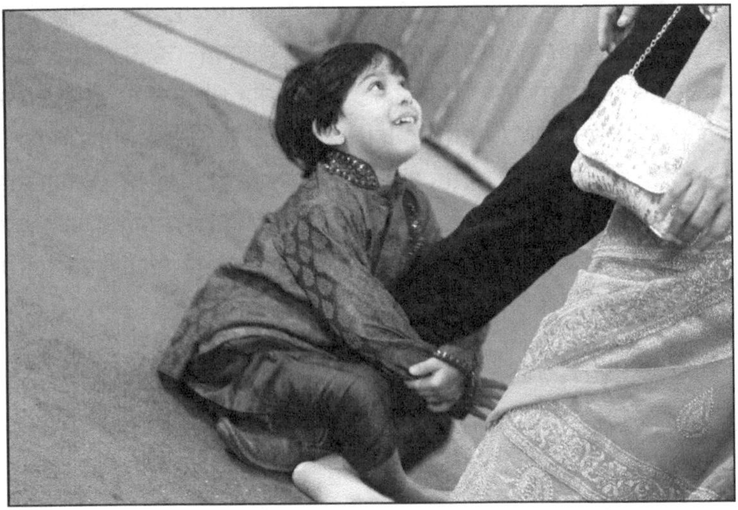

१८. बाललिलामृत

मेघ सावळा फुलरुनी या विरघळला अंबरी,
कलत्या रवीचे उन विंचरित आल्या श्रावणसरी,
तुषार चुंबुन किरण कोवळे कलती पूर्वेकडे,
वसुंधरेला इंद्रधनूचे स्वप्न गुलाबी पडे.

कवी-शंकर वैद्य यांची ही कविता पावसाचे किती सुरेख वर्णन करते. आपल्या डोळ्यांसमोर चित्रच उभे रहाते. मला मात्र या वसुंधरेला पडलेल्या गुलाबी स्वप्नात, बालपणीचा काळ येतो. आपल्या प्रत्येकाला कधी ना कधी आपले बालपण स्वप्न पडल्यासारखे आठवत असतेच. जसा मेघ सावळा कवितेत अंबरी विरघळतो, तसेच आपले बालपण या वसुंधरेवर क्रिडा करता करता अलगद कधी निसटून जाते ते समजतच नाही. उरतात त्या फक्त विंचरत येणाऱ्या आठवणी, आणि आईच्या कुशीतून बाहेर पडून आपले कोवळे किरण पिवळे धम्मक ऊन होऊन कललेले असते. या

आठवणी आपण जर फोटोच्या माध्यमातून चित्रित केलेल्या असतील, तर ती युक्ती मात्र अगदी आयुष्यभर इंद्रधनू बनून सप्तरंगांची उधळण करत असते. चड्डीपण न घालता रांगणारं आपल रूपडं बघून वृद्धापकाळीसुद्धा ओठांवर हास्याची लकेर उमटते. कोणी आपला तो तशा अवस्थेतला फोटो बघायला मागितला तर चटकन आपण तो दाखवत नाही. तिथे शिल्लक असतो आता फक्त आनंद. 'बाळपण देगा देवा, मुंगी साखरेचा रेवा' असे उगाच का म्हटले आहे.

निरागस, निर्व्याज, निष्कलंक आणि प्रत्येकाला हवेहवेसे वाटणारे बालपण आणि बालपणीच्या गमतीजमती. रांगता रांगता मिळेल त्या गोष्टींचा आधार घेऊन पहिल्यांदा मूल स्वतःच्या पायावर उभे रहाते त्या वेळी त्याला होणारा आनंद स्वर्गसुखापेक्षा जास्तच असतो. बघा! मी पण तुमच्यासारखा किंवा तुमच्यासारखी उभी राहू शकते हा बालकाचा आत्मविश्वास त्यांच्या चेहऱ्यावरून ओसंडत असतो. जातीपाती, धर्मभावना, लहानथोर, गरीबश्रीमंत असल्या कोणत्याही भावनांचा स्पर्श न झालेले ते बालमन आपल्या मनाला भावतेच. त्या भावनेचे चित्रीकरण हीच तर खरी बालक्षणांची फोटोग्राफी. आपल्या मोठेपणी आपले बालक्रिडेत रमलेले फोटो बघण्याचा आनंद जरी आपला असला, तरी आठवणीने ते फोटो त्या वेळी काढण्यासाठी आई-बाबांनी दाखवलेली समयसूचकताच यासाठी कारणीभूत असते. 'बेबीज डे आऊट' हा चित्रपट ज्यांनी बघितला असेल त्यांना मी वर केलेल्या उल्लेखाची जाणीव होईल. लहान मुलांचे फोटो काढणे ही वाटते तितकी सोप्पी गोष्ट नाही. अर्थात, तुम्ही फोटो काढताना नेमका काय विचार करून फोटो काढता यावर ते अवलंबून असते. 'मेमरी कार्ड' असे जरी या चार्ज कपल डिव्हाईसचे नाव असले तरी फोटो किती आणि का काढायचे हे समजले नाही, तर आपलीच मेमरी नाहीशी होते. जेव्हा कोणत्याही गोष्टीत क्वांटीटी वाढते तेव्हा त्याची क्वॉलीटी घसरू लागते. दिवाळीच्या काळात लाडू-चिवड्याचं नावीन्य कोणालाच नसते. फोटोग्राफी करणे ही एक कला आहे. आणि आहे कॅन्व्हॉस, आहेत रंग. म्हणून चित्रकार भराभरा चित्र काढत सुटत नाही तसेच, उत्कृष्ट फोटोग्राफर नेमक्या क्षणांना मोजक्या फोटोंच्या माध्यमातून टिपून ते क्षण जिवंत करत असतो. कारण एक सुंदर फोटो काढावयाचा असेल तर त्यामध्ये आकृतीपासून ते रंगांपर्यंत प्रत्येक गोष्टीत सौंदर्य आणि जीवंतपणा त्यात दिसावा लागतो. सतत फोटो काढण्याच्या सवयीने कोणत्याच फोटोंचे अप्रूप राहिनासे होते. सोशल मीडियावर कोसळणारे फोटो बघितले की, याचे नाव 'सोशीक मीडिया' ठेवावेसे वाटते, आणि संत रामदासांचे काव्य आठवते 'गिरीचे मस्तकी गंगा तेथुनि चालली बळे, धबाबा लोटतो धारा, धबाबा तोय आदळे'

लहान मुलांचे फोटो काढण्यासाठी आपण त्या मुलांसोबत मूल झालो तरच ती आपल्याला प्रतिसाद देतात. मुलांचे भावविश्व खूपच वेगळे असते. श्रीमंतांच्या घरची बागेत खेळणारी असोत की झोपडीसमोरच्या साचलेल्या पाण्यात चिबकणारी असोत, मुलं ही मुलचं असतात. सतत आनंदाचा शोध घेणारे मूल हे निखळ सौंदर्याचा झरा असते, तर कधी बालकवींची कविता असते, तर कधी अवखळ संगीत असते. झुमझुम करणारे पायातले पैंजण असोत की पॅकपॅक करणारे बुट असोत त्या ध्वनीबरहुकूम उसळणारी हास्याची लकेर थुईथुई नाचणाऱ्या कारंज्याची टिपटिप असते. लहान बाळांचे फोटो काढताना कोणत्याही अतिरिक्त प्रकाशाचा वापर करू नये. वेळ कोणती निवडावी हे यात खूपच महत्त्वाचे आहे. पालक कधीकधी घरी आलेल्या पाहुण्यासमोर आमची बाबी कित्ती छान गाणं म्हणते; किंवा किती छान नाच करते, असे सांगून त्या मुलाला किंवा मुलीला तसे करायला लावतात. खरंतर तसे करणे त्या मुलांना आवडते की नाही याचा विचार करण्याची गरज असते. मुलांच्या आवडीनिवडी, खाण्यापिण्याच्या गोष्टी आणि त्यांची खेळण्याची वेळ यांचा अभ्यास छोट्यांच्या फोटोग्राफीसाठी उपयुक्त असतो. एका छोट्या बाळाच्या वाढदिवसाला त्यांच्यासाठी सुंदर सोनेरी खुर्ची बनवली होती. त्यात बसून फोटो काढण्याचा अट्टाहास मात्र त्या बालकाने पूर्ण होऊच दिला नाही. त्याला त्याची नेहमीची मोडकी खुर्चीच बसायला आवडत होती. ती मोडकी असली तरी त्याची हक्काची होती. ही त्या वयातली प्रेमभावना आपण मोठे झालो की सहज विसरून जात असतो. श्रीरामाने बालपणी चंद्राचा हट्ट धरल्याची गोष्ट आपण सांगतो; पण बालहट्टाला धपाटा मारून गप्प करतो. लहानपणी चुका केल्या की बाप्पा शिक्षा करेल, अशी भीती घालतो आणि मोठेपणी आपण चूक केली तर देवापुढे माफी मागतो. आई जेव्हा एखादी गोष्ट करू नये असे सांगते तेव्हा 'तुला काय कळते' असे सहज उत्तर देतो व मोठेपणी माझ्या आई-बाबांचे संस्कार मला इथपर्यंत घेऊन आले, असे जाहीरपणे सांगतो. नेमका हाच विरोधाभास मुलांमध्ये नसतो. वाढदिवसाच्या आदल्या दिवशी मुलांचे फोटो जास्त चांगले येतात. वाढदिवसाच्या दिवशी मुलांचे सगळे मित्र जमले की, आधी केक कापून घ्यावा आणि मग खेळ खेळावेत. लहान मुलांची आनंद घेण्याची क्षमता वयानुसार मर्यादित असते. त्यांचे कपडेसुद्धा सहज, साधे, सुती असावेत जे त्यांच्यासाठी सुटसुटीत असतील. आपण काही करायला सांगण्यापेक्षा मूल स्वतःहून जे काही करत असते त्यात आपण समरस झाल्यास ते त्याला पण आवडते आणि काही अप्रतिम क्षण टिपण्यास आपल्याला संधी मिळते. बाबांच्या पाठीवर बसून बाबांना रांगायला लावून त्यांचा घोडा करून खेळले नाही असे मूल

विरळच. मुलांचे फोटो हे कधीच काढायचे नसतात तर ते मिळवायाचे असतात. सागरात जसे मोती सापडतात तसेच सोनेरी क्षण मुलांच्या बागडण्यात असतात. त्यासाठी आपल्याला कवीमन असावे लागते आणि मनाची वीणा सातसुरांत झंकारावी लागते. शांतपणाने, धिर धरणे आणि योग्य क्षणाची वाट पहाणे यात फोटोग्राफरचा खरा कस लागतो. असे फोटो आपण काढलेले नसतातच, ती असते देवाची देणगी.

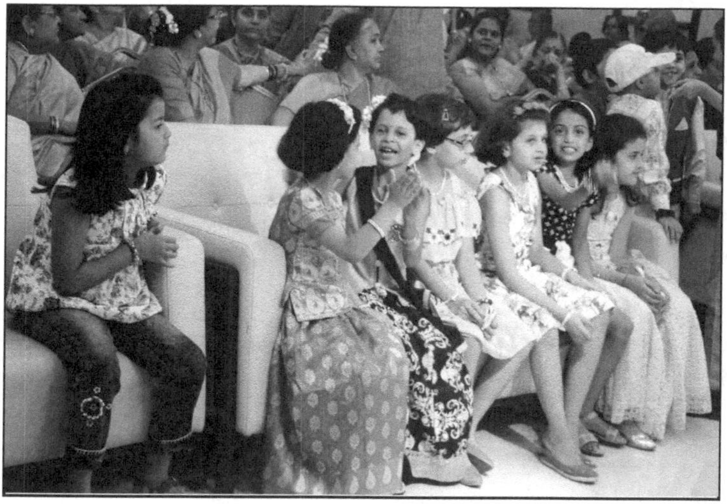

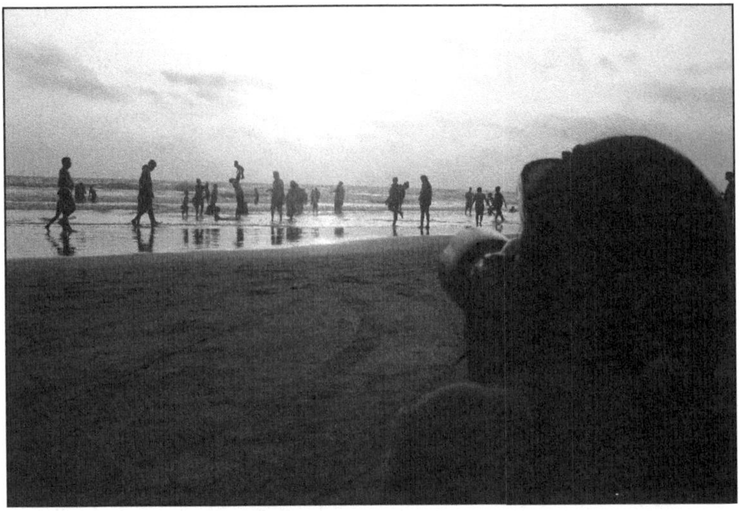

'मुले ही देवाघरची फुले' असे उगाच का म्हटलेले आहे.

१९. प्रकाशयात्रा (फोटो टुरीझम)

एक फोटो असा असावा,
आसमंत सारा उलगडावा।
एखादा किरण असा उमटावा,
तिमिराला थोडा धाक बसावा।।

फोटो हा 'फोटॉन' वरून आलेला शब्द म्हणजेच लाईट, प्रकाश आणि त्यांचा आलेख म्हणजेच 'फोटोग्राफ'. फोटोग्राफीचा विषय शिकवतानाच अनेक कल्पना सुचत असतात. एका मांजराने कपाटावरून उडी मारताना सिल्व्हर हायलाईड केमिकलची बाटली ब्रोमाईड पेपरवर पाडली आणि तो काळा झाला. भिंतीवर हलणाऱ्या सावल्या बघून चलचित्राची युक्ती सुचली. जगातले अनेक शोध हे अपघातातून जन्माला येऊ शकले, कारण त्या घटनेवर विचार करणारे शास्त्रज्ञ हे असे का घडले, याचा मागोवा

घेत राहिले. जेव्हा गोष्टी अंगवळणी पडतात तेव्हा त्या कशा घडतात याची जाणीव रहात नाही. सायकल चालवायला, पोहायला इतकेच काय अगदी चालायला आणि बोलायला शिकण्याची सुरुवात अडखळतच झालेली असते. आपण बघतो कश्याने? तर डोळ्यांनी असे चटकन उत्तर देताना आपल्या लक्षात येत नाही की, डोळे हे फक्त प्रकाश किरण दृष्टीपटलापर्यंत पोचवण्याचं फक्त एक माध्यम आहे. आपली सगळी कार्ये आपल्या मेंदूमार्फत होत असतात हे माहीत असूनही चटकन आपल्या लक्षात येत नाही. यासाठीच म्हटलेले आहे 'जसे विचार तसे आचार'.

आपल्याला जसे प्रकाशाच्या माध्यमातून वस्तूंचे आकलन होते, तसेच फोटोग्राफीमध्ये कॅमेरा नेमके तेच काम करीत असतो. आपण सहज क्लिक केले तरी जे समोर असेल त्याचा फोटो आलेला असतो. फोटोत वैविध्य, विषय, आकारमान आणि तो टिपण्याची नजर यामागील आपली कल्पना किंवा युक्ती तो फोटो वैशिष्ट्यपूर्ण येण्यासाठी उपयुक्त असते. तीच आहे खरी 'क्लिक ट्रिक'. आंध्र प्रदेशमध्ये एक श्री मारुतीचे मंदिर आहे. तिथे दिवसातून तीन वेळा देवाची वेगवेगळी तीन रूपे दिसतात अशी भाविकांची श्रद्धा आहे. सकाळी बालरूप, दुपारी तरुण आणि संध्याकाळी वृद्ध अशी ही रूपे बघण्यासाठी गेले होते तेव्हा लक्षात आले ते, मंदिरावर छप्पर नसल्यामुळे सुर्याची किरणे मूर्तीवर सकाळी कोवळे ऊन असताना पडतात तेव्हा परमेश्वराचे मुखकमल कोमल दिसते. असेच माध्यान्ही व संध्याकाळी प्रकाशाच्या माध्यमातून होत असलेल्या बदलातून वेगवेगळ्या रूपांचा भास होतो. श्रद्धेच्या दृष्टिकोनातून न बघता अभ्यासाच्या दृष्टीने बघितले, तर ही प्रकाश गंमत वेगळ्या विचारांना चालना देते. यातूनच युक्ती सुचली ती 'फोटो-टुरिझम'ची. सुरुवातीला फोटो टुरीझम म्हणजे फोटोग्राफी करण्यासाठी काढलेली सहल असाच समज होणे सहाजिकच आहे. फोटो म्हणजेच प्रकाशाच्या प्रवासाचा अभ्यास करून फोटोग्राफी करण्यासाठी आपण प्रवास करणे. असे फोटो टुरीझम सुरू केले आणि तेव्हा लक्षात आले की, हा किती वेगळा विषय आहे.

प्रकाश जो आपल्यापर्यंत येतो तो सूर्य आणि चंद्र या दोन माध्यमांतून एक प्रखर तर एक शीतल. आणि अविरतपणे मिळणाऱ्या या प्रकाशाच्या साहाय्याने आपण सृष्टी बघत असतो. ही सृष्टी बघत असताना प्रत्येकजण तिच्याकडे आपाआपल्या नजरेतून बघत असतो. कोणाला त्यातून कविता सुचतात तर कोणाला सुंदर चित्रे दिसतात. ऊन-सावल्यांचा हा खेळ सतत चालू असतो, आणि आपण फक्त त्याला सरावलेले असतो, म्हणून फक्त तो आपल्याला जाणवत नाही. आपण पौर्णिमेच्या प्रकाशात ताजमहाल अविस्मरणीय दिसतो हे जाणतो. कोजागिरीला रायगड चंद्रप्रकाशात

नहातो हेही आपल्याला माहिती आहे. प्रत्यक्षात माणूस, प्राणी, जंगल, नद्या, समुद्र, पर्वत असे चराचरातील प्रत्येक गोष्टीवर ही प्रकाशाची जादू दिवस-रात्र सुरू असते. चित्रकारांच्या चित्रांमध्ये हा खेळ आपल्याला बघता येतो. फोटोग्राफी करताना याचाच अभ्यास करून कृत्रिम प्रकाश योजना करताना शॉर्ट लायटींग, ब्रॉड लायटींग, बटरफ्लाय लायटींग, रॅमरंड लायटींग असे विविध प्रकाशयोजनांचे माध्यम फोटोग्राफर्सनी शोधून; फोटोमध्ये एक वेगळे परिमाण निर्माण केले. यातील रॅमरंड हे नाव तर चक्क एका इटालियन चित्रकाराचे आहे. पोर्टेट काढताना ते त्यांच्या चित्रात जसा प्रकाशाचा उपयोग करत असत, अगदी तसाच प्रकाश ग्लॅमरस पोर्ट्रेट शूट करताना या प्रकारात केला जातो. प्रकाश १८० डिग्रीतून फिरताना नेमक्या कोणकोणत्या अँगलमधून पडताना, आपल्याला दिसणाऱ्या गोष्टीत कसा कसा भाव बदल होतो, याचे निरीक्षण उत्तम फोटोग्राफीसाठी उपयुक्त ठरते. चित्रपट असो की नाटक यात यासाठीच प्रकाशयोजना ही त्याचा आत्मा असते. चित्रकार कधी प्रत्यक्ष मॉडेलला समोर बसवून तर कधी सृष्टीसौंदर्य न्याहाळत चित्र साकारतो, तर कधी तो ते कल्पनेतूनही चित्र निर्माण करतो. जरी ते कल्पनेतून साकारलेले असले, तरी कुठेतरी ते त्यांच्या नजरेपुढून गेलेले असते आणि स्मरणात राहून जाते. फोटोग्राफरला मात्र प्रत्यक्ष स्थळी जाऊन योग्य वेळेचा वापर करूनच तो फोटो काढावा लागतो. अमूर्त वस्तूतपण जिवंतपणा आणण्याचे काम करत असतो हा प्रकाश. याचा विविधप्रकारे उपयोग करून फोटोमध्ये एक वेगळा आयाम निर्माण करण्यासाठी मात्र आपले निरीक्षण खूपच महत्त्वाचे असते. प्रकाशयोजना यावर विशेष अभ्यासक्रम उपलब्ध आहेत. व्यक्तींचे फोटो काढताना निसर्गाच्या प्रकाशात कोणती वेळ निवडावी आणि व्यक्तीला प्रकाशाच्या कोणत्या दिशेला उभे करावे हे फोटोग्राफरला ठरवता आले पाहीजे. जसे सौम्य भाव प्रकाशाच्या माध्यमातून निर्माण करता येतात, तसेच रुद्र आणि भयावह भासपण दाखवता येतात. भीतीदायक चित्रपटात यासाठी प्रकाश नेहमीच्या दिशेने न येता खालून-वरच्या दिशेने प्रवास करतो. जेणेकरून आपल्याला बघायची सवय नसलेली मोठी सावली निर्माण होते आणि भयपटात भयाचे परिणाम गडद करते. समारंभात मात्र आधी प्रकाशयोजना करून मग फोटोग्राफरला आपली दिशा बदलत प्रकाशाचा योग्य कोन साधावा लागतो. स्टुडीओत याच्या उलट होते मॉडेल आणि फोटोग्राफरची जागा ठरलेली असते आणि लाईटींगचे ज्ञान उपयोगात आणून कलाकृती साकारली जाते. विविध प्रकारचे लाईट बॉक्स आणि रिफ्लेक्टर्सचा वापर करून ही प्रकाशचित्रांची किमया साधणे एक अवघड कला आहे.

'फोटो टुरीझम'मध्ये मात्र एखादे ठिकाण निवडून विशिष्ट वेळेला निवडत

फोटोग्राफी करावी लागते. सूर्य उगवण्यापूर्वीपासून ते साधारण प्रकाश प्रखर होत नाही तोपर्यंत, तसेच संध्यासमयी व चंद्रप्रकाशात फोटोग्राफी सृष्टीला न्याहाळत करणे यासारखे स्वर्गसुख नाही. नुकतेच आम्ही कोकणातले गुहागर, हेदवी, वेळणेश्वर आणि चिवेली येथील समुद्र किनारी याचा उत्तम अनुभव घेतला. पॅरेडाईज, हाफमुन, ओम, कुडाळ आणि गोकर्ण किनारा हा संपूर्ण नाईट वॉक करून मिरजन किल्यावर यायला सकाळ होते आणि आपण सृष्टीसौंदर्यात न्हावून निघालेलो असतो आणि कॅमेरा फोटोचींब होतो तेव्हा दिवंगत ख्यातनाम चित्रकार सन्माननीय धोंड सरांच्या चित्रातील धवल रेषा नजरेसमोर चमकून जाते व फादर ऑफ फोटोग्राफी अॅन्सल अॅडम यांचे वाक्य आठवते.

'Sometimes I do get to places just when God's ready to have

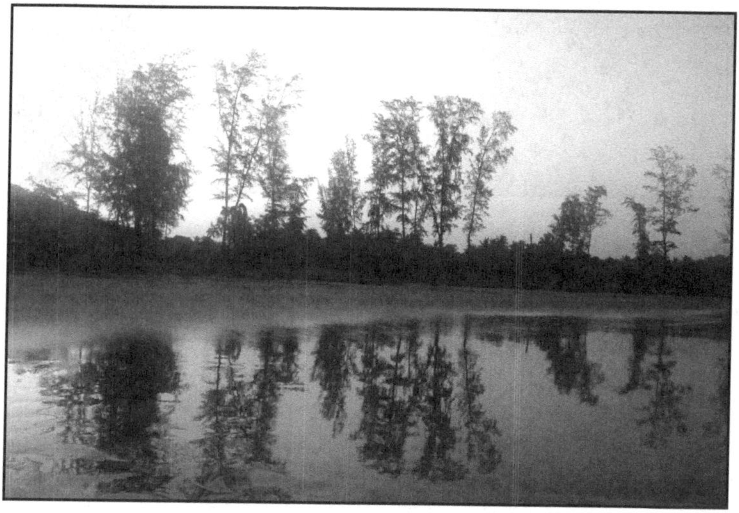

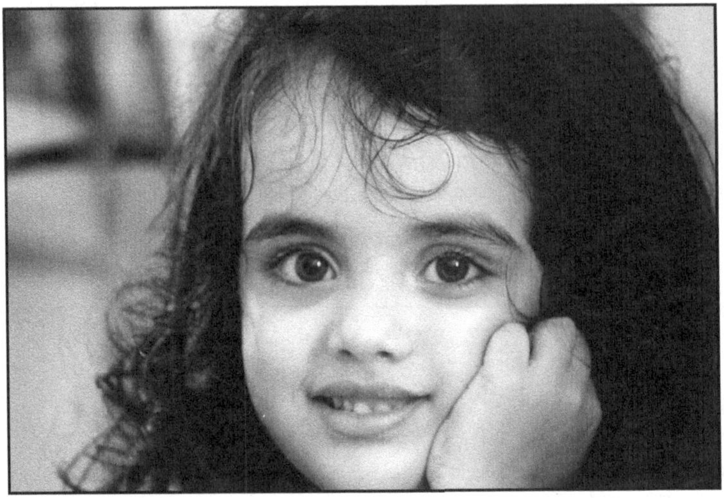

somebody click the shutter.'

२०. सांग दर्पणा, कशी मी दिसते...

जात, पात, धर्म तसेच स्त्री, पुरुष, गे कोणीही असो, सुंदर दिसणे सगळ्यांनाच आवडते.

'मॅन इज अ सोशल ॲनिमल' हे इकॉनॉमीक्सच्या पुस्तकातील वाक्य आपण फक्त वाचतो. वरील सर्व गोष्टी या आपणच ठरवलेल्या आहेत. प्रत्यक्षात आपण फक्त एक व्यक्ती असतो. तिचे नामकरण ही फक्त सोय आहे. शूरवीर झाशीची आणि, अहिल्याबाई होळकर अशा अनेक स्त्रियांनी पुरुषांपेक्षा काकणभर जास्तच पराक्रम केला असेल ज्याची ओळख आपल्याला त्यांच्या कार्यातूनच मिळते. व्यक्ती मग ती कोण आहे आणि कशी आहे यापेक्षा तिचे कार्य श्रेष्ठ असेल, तर बाकीच्या गोष्टींची दखल घेण्याची गरजच उरत नाही. तोच असतो आपला खरा-खुरा पोर्टफोलीओ. युसुफ कार्श या महान फोटोग्राफरचे कौशल्य त्यांच्या पोर्टफोलीओ शुटमध्ये फोटोतून

ओसंडून वहाते, मग ती सुंदर ललना असो की, अध्यक्ष मिस्टर विन्सटन चर्चिल असोत. त्यांचा फोटो आपल्याला चलनावरपण बघायला मिळतो. त्या फोटोतील त्यांचा करारीपणा दाखवण्यासाठी सर युसुफ यांनी फोटो काढताना त्यांच्या कायम हातात असणारा चीरूट जाणीवपूर्वक खेचून घेतला होता आणि ते खरेखुरे चर्चिल कॅमेऱ्यात बंद केले होते. चित्रकाराला कुंचल्याच्या मदतीने त्याला हवे तसे हसरे, रडके, रागीट हावभाव चितारणे शक्य असते. लाईटची गरज नाही की व्यक्ती आणि कपडे, मेकअपची. ब्रम्हदेवाप्रमाणे तो चित्रकार निर्माता आहे. अनेक देव-देवतांची, राजे, आणि, राजकुमार, राजकन्या आणि पऱ्यांची चित्रे तो कल्पनेतून साकारतो. फोटोग्राफरला ते हावभाव निर्माण करावे लागतात किंवा नेमके लक्ष ठेवून चटकन टिपावे लागतात.

पोर्टफोलीओ किवा पोर्टेट फक्त व्यक्तीचेच नसते तर ते एखाद्या झाडाचे, मूर्तीचे, इमारतीचे इतकेच काय तर वाहनाचे पण असू शकते. आपण जेव्हा व्यक्तीचा पोर्टफोलीओ म्हणून विचार करतो तेव्हा फक्त ते कार्य वाटते तितके सोपे आणि सहज नसते, जर आपल्याला व्यक्तीचे व्यक्तिमत्त्व त्यातून प्रतीत करायचे असेल तर. फॅमीली, लहान मुले, प्रसिद्ध व्यक्ती तसेच अनेक कारणांसाठी करावे लागणारे मॉडेलींग असे अनेकविध पोर्टफोलीओ करताना सगळ्यात आधी आपल्या लक्षात एक गोष्ट आली पाहिजे की, एक व्यक्ती एका व्यक्तीचे चित्रण करणार असते असे जरी वाटत असेल तरी ते तसे नसते. फोटो हा आरसा असतो. आरशातील प्रतिबिंब जसे आपल्याला छान दिसावे असे वाटते, तसेच आपला फोटो आपल्याला छानच हवा असतो. व्यक्तीचे चित्रण करताना ती व्यक्ती, तिचा स्वभाव, तिची उंची, प्रकृती तसेच तिच्या आवडी-निवडी यांचा पूर्वाभ्यास करणे अतिशय आवश्यक असते. उत्तम ग्रहपाठ हा उत्कृष्ट फोटोग्राफीचा कणा आहे. यासाठी फोटोशूट करण्यापूर्वीच किमान दोन वेळा त्या व्यक्तीशी गप्पा मारून तिला समजून घेणे खूपच फायद्याचे ठरते. त्यानंतर आपण कुठे शुट करणार आहोत ती जागा, कशासाठी शुट करणार आहोत त्याची कल्पना, किती वेळ लागेल याची जाणीव संबंधित व्यक्तीला करून देणे आपले प्रथम कर्तव्य आहे. आपण ग्राहकाला देव मानतो तसेच मॉडेल आपला ईश्वर, आणि स्टुडिओ आपले मंदिर मानले, तर भक्ताला फोटो प्रसन्न होतोच. त्यासाठी वेगळी आराधना करावी लागत नाही.

मॉडेल आणि फोटोग्राफर या गोष्टी जितक्या महत्त्वाच्या असतात तितकेच प्रकाशयोजना करणारा साहाय्यक, मेकअप आर्टीस्ट, हेअर स्टायलर, कॉश्च्यूम डिझायनर, कला दिग्दर्शक आणि लोकेशन. या गोष्टी उत्तम मॉडेल फोटोग्राफीसाठी

थोड्या जास्तच महत्त्वाच्या असतात. याबाबत जरी प्रत्येक जण आपापले नेमून दिलेले काम करणार असेल तरीही नेमून दिलेले काम योग्य झाले आहे की नाही हे फोटोग्राफरलाच समजावे लागते. फोटो चांगले आले नाहीत तर त्याचा दोष फक्त फोटोग्राफरवरच येत असतो. वरील प्रत्येक विषयांवरचे जुजबी ज्ञान अतिशय आवश्यक आहे. आपण जेव्हा एकापेक्षा अधीक व्यक्तींसोबत काम करत असतो; तेव्हा डोक्यावर बर्फ आणि मुखात साखरेची गोळी ठेवूनच आपल्याला काम करावे लागते, आणि युक्त्या-प्रयुक्त्या करून काम काढून घ्यावे लागते. एखाद्याची चूकसुद्धा वेगळ्या पद्धतीने दाखवून देण्याची युक्ती उत्तम फोटोग्राफर होण्याची पहिली पायरी आहे. मेकअप आर्टीस्टचा उल्लेख म्हणूनतर बऱ्याचदा 'दादा' किंवा 'ताई' म्हणून करण्याचा प्रघातच आहे. मॉडेल फोटोग्राफीत सर्वांत महत्त्वाची असते ती वेळ आणि तिचे पूर्वनियोजन. इनडोअर आणि आऊटडोअर प्रकारात वेगवेगळ्या प्रकारची काळजी घ्यावी लागते. आपण ज्या जागेत शुट करणार आहोत त्या जागेची स्वच्छता ही अत्यावश्यक गोष्ट आहे. आपण स्टुडीओत शुट करत आहोत तर आपल्या लाईटच्या केबल पायात येणार नाहीत याची काळजी घ्यावी. अलीकडे वायरलेस फ्लॅश आलेल्या आहेत तरीही कामाच्या वेळी लाईटवर कोणी धडपडणार नाही यासाठी मार्ग म्हणजे अनावश्यक लोकांची अनुपस्थिती. आपल्या कामासाठी आवश्यक असणारी नेमकी माणसे सोबत घ्यावीत. एखाद्या प्रसिद्ध किंवा ग्लॅमरस व्यक्तीचे शुटींग असते तेव्हा आपल्या सोबत काम करणाऱ्यांना त्यांच्या ओळखीतील व्यक्ती-व्यक्तींना सोबत आणण्याचा मोह होतो.

गोड बोलून कामाव्यतिरिक्त कोणालाही उपस्थित राहू देऊ नये. मॉडेलला जी वेळ दिलेली असेल, त्यांच्या आधी शुटींग संबंधित सगळेजण हजर असणे योग्य असते. मॉडेलचे आगमन झाले की ताबडतोब मेकअप, हेअरड्रेसला जाण्याआधी तिचा कपडेपट निवडून देणे. जेणेकरून ती पूर्ण तयार होऊनच येईल. तिची तयारी होईपर्यंत आपली प्रकाशयोजना, बॅकग्राऊंड्स व्यवस्थित झालेली आहे, हे असीस्टंटला समोर उभे करून नक्की करून घ्यावे. वेळ शक्यतो लवकर सकाळीच निवडावी. सगळे आटपून सात वाजता शुटींग सुरू करता आले तर आपल्या फोटोत एक वेगळीच चमक नक्कीच दिसून येईल.

उत्सवमूर्ती म्हणजेच आपले मॉडेल ही एक हाडामासाची मन असलेली जिवंत व्यक्ती आहे याची जाणीव ठेऊन शांतपणे शुटींगला सुरुवात करावी. आपण कधी ब्रेक घेणार आहोत याची सूचना मॉडेलला आगाऊ दिलेली असणे सोईचे ठरते. शुटींगच्यावेळी मंद संगीत आनंददायी ठरते. समोरच्या व्यक्तीबरोबर उत्तम संवाद

साधण्याचे कौशल्य उत्तम पोर्ट्रेटसाठी निश्चितच उपयोगी ठरते. फोटोग्राफी व्यतिरिक्त चालू घडामोडींवरील विषय, हलकेफुलके जोक्स्, सुंदरशी कविता तसेच अधूनमधून मॉडेलच्या कामाचे कौतुक करत, फोटोग्राफी करत गेलो की मनासारखे फोटो मिळू लागतात. डिजीटल तंत्रज्ञानामुळे फोटो लगेच दिसणार असतात; त्यामुळे आपला आपल्या कामावरील विश्वासच आपल्याला यावेळी उपयोगी पडतो. सोबतचे सहकारी आणि मॉडेल यांचा समन्वय साधून आपल्याला हव्या तशा प्रतिमा मिळवणे हे एक कसरतीचे काम आहे. आऊटडोअर शुटींगला काय करावे लागते ते बघूया पुढच्या

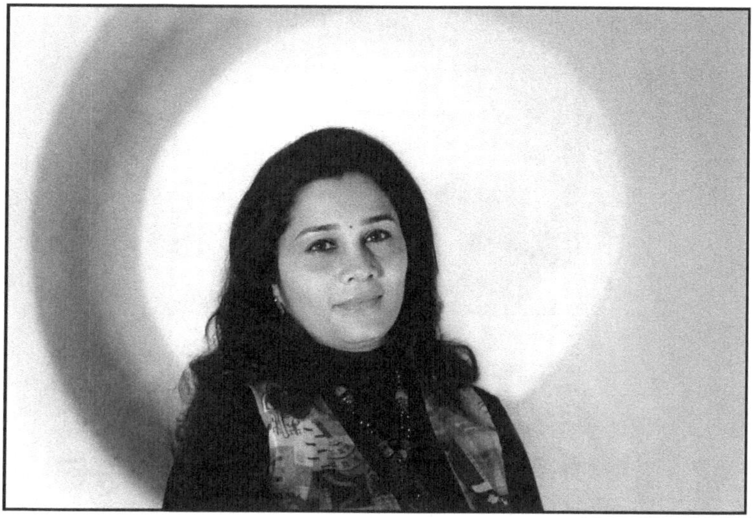

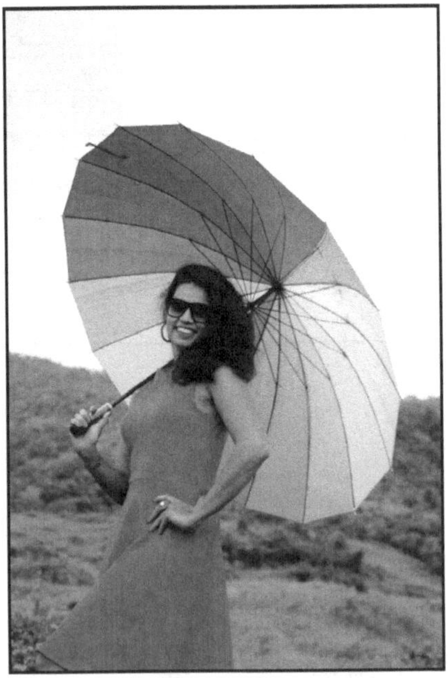

लेखात!

२१. ही चाल तुरूतुरू, उडती केस भुरूभुरू...

आऊटडोअरला सगळंच अनिश्चित वातावरण असतं. आपल्याला कोणत्या ऋतूत फोटोग्राफी करावयाची आहे यावरच खूपकाही अवलंबून असतं. प्रथम विषय कोणता आहे. फॅशन, ग्लॅमर, हौस म्हणून; की चित्रपट किंवा नाट्य. तसेच सिरीयल माध्यमांसाठी आपण कसे आहोत, आपले व्यक्तिमत्त्व कसे आहे हे फोटोच्या माध्यमातून दाखवायचे आहे. मागील लेखात सांगितल्याप्रमाणे आऊटडोअर शुटसाठी जाण्याआधी ज्यांचे शुट करायचे आहे त्यांचे स्वभाव, रहाणीमान, संकल्पना आणि अपेक्षा यांचा अभ्यास अपेक्षित आहे. आपण ज्या लोकेशनवर शुट करणार आहोत त्या लोकेशनची आपण रेकी करणे अत्यावश्यक ठरते. उदाहरण म्हणून सांगते, 'मढ'ला एका बंगल्यावर शुटींग करायचे ठरले. रेकी करताना लक्षात आले की, भिंती काही ठिकाणी खराब आहेत. क्लायंटला सूचना दिली की शुटींगच्या दिवसापर्यंत किमान चुना तरी लावून

घ्या. फोटोग्राफरची सूचना पाळली गेली; असे झाले तर खरंच काम किती सोपे झाले असते. अनुभवाने शहाणपणा येतो म्हणतात ना तसेच काही म्हणून अधिक फ्लॅश लाईट आणि रंगीत जिलेटीन सोबत घेतले. शंका खरी ठरली होती. शुटींगच्या दिवशी ती भिंत सावधान म्हणत तशीच उभी होती. सोबतच्या फोटोत भिंतीवर जो निळा प्रकाश दिसतो आहे ना तिच होती माझी ट्रिक. भिंतीवरील डाग हरवले आणि आमची मॉडेल गालात हसली.

माणसाच्या मनाचा आरसा हाच त्याचा खरा चेहरा असतो. फोटोग्राफर हा मानसशास्त्र तज्ज्ञाप्रमाणे हवा. समोरच्या व्यक्तीची नस पकडता आली पाहीजे. आऊटडोअर फॅमीली पोर्टफोलीओ करणे हे तर एक चॅलेंजच असते आम्हाला. एक व्यक्ती सांभाळणे आणि कुटुंबाचा मूड सांभाळणे यात खूपच फरक आहे. त्यातून कलाकाराचा आपण किती चार्ज करता, या प्रश्नाने कामासाठी विचारणा झाली की, मूडच जातो. तुम्ही काम कसे करता, असे क्वचितच विचारले जाते. कठोर परीश्रमाने तुम्ही तुमचे या इंडस्ट्रीत बस्तान बसवून स्वतःचा वेगळा ठसा उमटवलात तर, आपणच 'एक ब्रँड' बनतो.

बाहेरगावी आऊटडोअरला शुटींग करताना सगळ्यात महत्त्वाची गोष्ट म्हणजे आपण बरोबर घेतलेली साधनसामुग्री. अधिकचा बॅकअप, एक्स्टर्नल बॅटरीज, मेमरी कार्ड्स इत्यादी. थोडक्यात, कोणतीही गोष्ट अधिक असलेली उत्तम. आयत्या वेळी काहीही अडचण आली तर काम थांबणार नाही. 'सश्याच्या शिकारीला जाताना वाघासाठी लागणारी गोळी असावी', अशी म्हण आहे ना तसेच काहीसे. रात्रीचे शुट नसेल तर जागत न बसता छानशी झोप घेतली तर सकाळी काम करताना खूपच उपयोगी पडते. मेकअपचे सामान कधीही गरजेपेक्षा जास्त असणे सोईचे असते. दिवसभरात कोणत्या वेळेत आणि कोणकोणते चेंजेस आहेत याची कल्पना सोबतीच्या लोकांना द्यावी. शुटींगला येण्यापूर्वी आपल्यासोबत येणाऱ्या साथीदारांना संपूर्ण कामाची यादी बनवून दिली तर शुट करताना बराच वेळ वाचतो. ज्या ज्या गोष्टी आधी ठरवणे शक्य असेल त्या ठरवून मग निघावे. शुटींगच्या ठिकाणी आदल्या दिवशी पोचलात तर धावपळ कमी होते आणि आयोजन करणे सोईचे होते. आपण जे लोकेशन निवडणार आहोत ते एकांतात असले तर अनावश्यक बघ्यांना टाळता येऊ शकते. फॅमीली पोर्टफोलीओ करतान सगळ्यांचा मूड सांभाळणे आवश्यक असते. यात कितीजणांची फॅमीली आहे त्यानुसार मेकअप आर्टीस्ट सोबत असू द्यावेत. हल्ली खूपदा बरेचजण आपला मेकअप आपला आपणच करतात. ते जास्त सोईचे होते; पण जर तो मेकओव्हर नीट जमला आहे की नाही ते आपल्यालाच समजवून घ्यावे

लागते. वेळ, पैसे खर्च करून आलेला आपला ग्राहक फोटो मनासारखे आले नाहीत तर दोष फोटोग्राफरलाच देणार. फॅमीली पोर्टफोलीओत महत्त्वाचा ठरतो तो कपडेपट. प्रत्येकाच्या कपड्यांचे रंग, वातावरणातील बॅकग्राऊंड आणि कपड्यांचे प्रकार एकमेकांना पूरक असतील तर फोटो विशेष उठून दिसतो. फ्यूजन पद्धतीनेपण यात गंमत आणता येते. उत्तम फॅशन डिझाईनर सोबत घेतला असेल तर आपले काम सोपे होते. केशरचनाकार आणि मेकअप आर्टीस्ट हे तितकेच महत्त्वाचे आहेत. आऊटडोअर शुट करताना इनडोअर शुटची मापके उपयोगी पडत नाहीत. सकाळी कोवळ्या उन्हात आणि मावळतीच्या सोनेरी किरणात फोटोग्राफी करणे म्हणजे त्या सुवर्णक्षणांचे साक्षीदार होण्यासारखे आहे.

फोटो आपण किती टेक्नीकली परफेक्ट काढला यापेक्षा त्या फोटोतील जिवंतपणा जास्त उपयुक्त असतो. आपल्याला प्रत्येकाशी संवाद साधत काम करावयाचे असते. फोटोग्राफी ही एक कला आहे आणि कोणताही कॅमेरा फोटो काढत नसून त्यामागील व्यक्तीचा विचार त्यातून दिसत असतो. फोटो ज्याला लिपी नाही, पण तो बोलतोही आणि त्यात गोष्टसुद्धा असते. कॅन्डीड फोटोचा अट्टाहास कधीही करू नये. कृत्रिम प्रकार करून काढलेले कॅन्डीड फोटो कधीकधी हास्यास्पद ठरतात. नॅचरल फोटो काढणे म्हणजे कॅन्डीड फोटोग्राफी नाही. टेली लेन्स वापरूनच कॅन्डीड काढता येतो असे नाही तो वाईड लेन्सलापण येतो आणि मायक्रोवरपण. कॅन्डीड हा फोटोग्राफीचा प्रकार नसून फोटो काढत असताना घडलेली ती एक घटना आहे. बोला-फुलाला गाठ पडली असे जे आपण म्हणतो ना, तसेच ती घटना घडणे आणि त्याचक्षणी

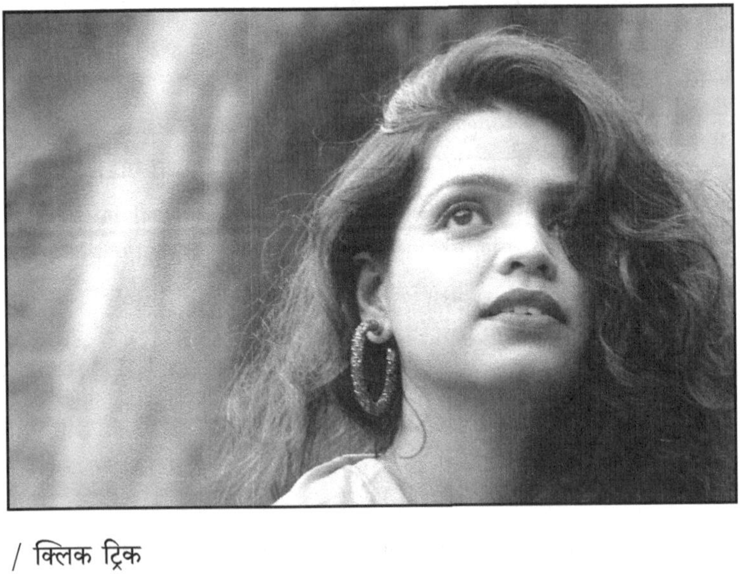

क्लिक होणे ही देवाची देणगी आहे.

आपण आपले काम नेकीने आणि प्रेमाने करत असलो तर अशा देणग्या तो देतच असतो. उत्तम फोटो मिळण्यासाठी लक फॅक्टरपण तितकाच महत्त्वाचा असतो. मानधन मिळते म्हणून काम की, काम करतो म्हणून मानधन यातला फरक लक्षात आला पाहीजे. फोटोग्राफर हा आपल्या मनाची भाषा वाचतो, हे समजले तर मानधन मागितले त्यापेक्षा जास्त मिळत असते. ज्याला कामाची पारख असते तो खरा जोहरी असतो. फोटोग्राफी शिकवतानापण 'कॅमेरा हे फक्त माध्यम आहे' हेच मी शिकवत असते.

मॉडेल फोटोग्राफी असो की फॅमीली असो, ते जगावेगळे न दिसता आपल्यातलेच एक वाटले पाहिजेत आणि तरीही ते उठून दिसले पाहिजेत.

साधुनी संवाद गोष्टी चार युक्तीच्या,
उमटवू प्रकाशखुणा बोलक्या क्षणांच्या।
रंगुनी रंगात साऱ्या रंग माझा वेगळा,
फोटोहुनी फोटोतला गंध येई आगळा।।

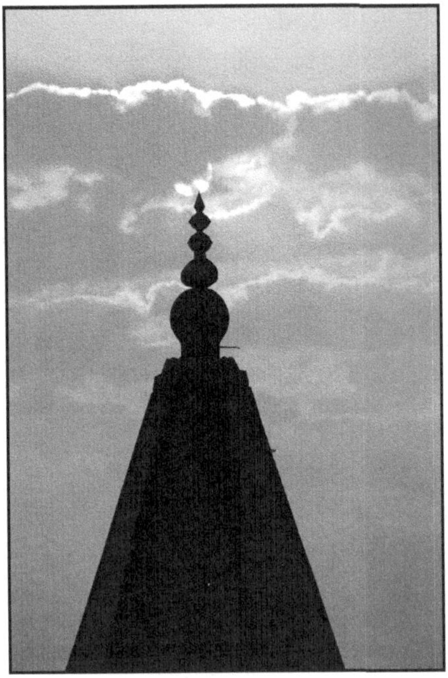

२२. कले कलेचे सामर्थ्य

चौसष्ट कला आणि चौसष्ट विद्या असे आपण मानतो. या प्रत्येक कलेत कला कलाने प्रावीण्य साधण्यासाठी साधकाची साधना उपयुक्त ठरते. कोणत्याही गोष्टीची साधना करावयाची असेल तर सखोल अभ्यास आणि नेमके ते साध्य, साध्य करण्यासाठी आपला गोल आपल्यालाच निश्चित करावा लागतो.

काही दिवसांपूर्वी मानसशास्त्रज्ञ प्रज्ञा माने चौलकर यांचा 'मी' ची गोष्ट लेख वाचण्यात आला. त्यात त्यांनी 'इकीगाई' या पुस्तकाचा उल्लेख केला होता. इकीगाई म्हणजे आनंदी रहाण्याची कला. हे एक जापनीज शास्त्र आहे. त्यांच्याच शब्दात सांगायचे तर प्रत्येकाच्या आयुष्याला काही एक हेतू असतो. हा हेतू त्यांना कामात आनंद, समाधान देत रहातो. तो हेतू आणि आपलं काम एकच असेल, तर माणसांचं जगणं नुसतं जगणं न राहता एक उत्सव बनून जातो. आपण काढलेला फोटो हा आपल्याला आनंद तर देतोच; पण तो इतर अनेकांनाही या आनंदाचा प्रसाद देतो.

फोटोग्राफीच्या कलेत फोटो काढण्यासाठी युक्ती करण्यापेक्षा फोटो काढल्यानंतर त्याची चमत्कृती करण्यासाठी विविध सॉफ्टवेअर उपलब्ध झाले, आणि ते वापरणे सहज शक्य झाल्याने एका फोटो सारखा दुसरा फोटो बनवण्यापलीकडे विचार करण्यासाठी वेळच उरलेला नाही. थोडे सविस्तर सांगण्याचे प्रयोजन एका विचारातून जन्माला आले, जसे की चित्रकार एक चित्र एकदाच काढतो आणि लगेच दुसऱ्या चित्राचा विषय त्याला सुचू लागतो. कधीकधी एकाच विषयावरची चित्रमालिका तो निर्माण करतो. हे जे निर्मितीमूल्य आहे ते कलासक्त मनाने साद घातल्याशिवाय जमत नसते. एखाद्या कठीण प्रसंगाला सामोरे जाताना आपल्याच मनाला साद घालण्यासाठी कविवर्य अनिल यांनी आपल्याच मनाच्या प्रतिभेला जागे करण्यासाठी लिहीलेली 'अजुनी रुसुनी आहे, खुलता कळी खुलेना' ही कविता. नुकतेच डॉ. गीता भागवत यांनी लेखातून यांवर विशेष प्रकाश टाकला. तसेच फोटोग्राफीचा विचार करताना मनाला साद घालता आली तर फोटोत एक विशेष परिमाण साधता येते. 'मन' ही एक अशी गोष्ट आहे जी दिसत नाही; पण असते. मनाला आपण जसे घडवू तसेच ते आपल्या कल्पनेला साद घालत असते. सवय ही अशीच एक गोष्ट. ती चांगली असेल की नसेल; पण ती कधी लागते हे समजेपर्यंत काळ पुढे निघून गेलेला असतो.

फोटो एक खरेतर चित्र. चित्रातील घटक घटना यांचा साक्षीदारच फोटोग्राफर असतो. काळाला पकडून ठेवण्याची किमया, ही फोटोग्राफीची जमेची बाजू. जगामध्ये असे अनेक फोटो आहेत जे आजपण आपल्याला दिग्मूढ करतात. दस्तऐवजीकरणाचे खूप मोठे कार्य या माध्यमातून घडत असते. जुन्या मुंबईचे फोटो आपण बघतो तेव्हा त्याकाळी हे खरंच असे होते यावर क्षणभर विश्वास नाही बसला, तरी फोटोतून ते सप्रमाण सिद्ध झालेले असते. विविध प्रकारच्या फोटोग्राफीमध्ये कलानिपुणता जशी दिसून येते, तसेच एखाद्याला दगडातही जसा देव दिसतो, तसे फोटोग्राफरच्या नजरेला फोटो दिसत असतो. ऐतीहासिक ऐवज चाणाक्ष फोटोग्राफरच्या नजरेतून सुटत नाही.

मनाचा कॅमेरा उघडा असेल तर सावलीतसुद्धा फोटो दिसतो. व्यक्तीचित्रणातील वैविध्य हे तिच्या भावमुद्रेतून प्रगट होत असते. कसलेला नट जेव्हा चेहऱ्यावर विविध भाव प्रगट करतो; तेव्हा ते भाव एका ठरवलेल्या गोष्टीतील घटनेतून निर्माण झालेले असतात. सर्वसाधारण व्यक्तींची फोटोग्राफी यासाठीच एक चॅलेंज असते. दृश्यातील अदृश्य दिसण्यासाठी नजर तयार करावी लागते. याचाच अर्थ तो फोटो मनाला जाणवणे आवश्यक असते. सहज समुद्रावरून फेरफटका मारताना, मॉर्नींग वॉकच्या वेळी, बाजारातून फिरताना अनेक घटना घडत असतात, तसेच अनेक ठिकाणात चित्रे दडलेली असतात. लाटा किनाऱ्यावरून परतताना असे काही नक्षीकाम निसर्ग करतो

की चित्रकारालासुद्धा ते हुबेहुब साकारणे कठीण जाते. फोटोग्राफरच्या नजरेत आलेले दृश्य, प्रकाशाची जाण आणि नेमकी वेळ यांचा त्रिवेणी संगम सुंदर फोटोत दिसून येतो. आपण काढलेला फोटो कधीकधी तांत्रिकदृष्ट्या योग्य नसेलही; पण त्यातले सौंदर्य त्यातील उणिवा झाकून टाकते. झाडात, पानात, फुलांत, मातीत, जमिनीत, पाण्यात इतकेच काय तर आपण जे अन्नपाणी सेवन करतो त्यातही फोटो दडलेला असतो. शेवटी फोटो म्हणजे काय, तर तो त्या फोटोग्राफरने केलेला विचारच तर असतो. याचा संबंध म्हणूनच मनाशी आहे. सर्व कला या कलाकारांच्या अंतरंगाच्या आत्म्याचे दर्शन देणाऱ्या असतात. शब्द, चुटके, गोष्टी, लेख, कांदबऱ्या, चारोळ्या आणि कविता यातून आपल्यापर्यंत अनेक विचार विविध प्रकारे पोचत असतात. गाणी, संगीत हे तर मनाला आनंदी करण्यासाठी खूपच प्रभावी माध्यम आहे. फोटोग्राफरने याचाच विचार थोडा वेगवेगळ्या पद्धतीने केला तर फोटोतसुद्धा गोष्ट असते आणि कविता दिसते. विवाहसमारंभाची फोटोग्राफी वेगळ्या विचारातून करण्यासाठी एक युक्ती सांगते. लग्न आणि प्रेम यांपैकी प्रेम ही गोष्ट कधी आधी होते तर कधी नंतर. प्रेम जमले म्हणून सहजीवन किंवा लग्न जमले म्हणून प्रेम. तसे या फक्त मनाच्याच भावना आहेत. प्रेमावर आणि लग्नावर कितीतरी सुंदर गाणी, कविता आणि भावगीते लिहीली गेली आहेत.

संगीत जेव्हा शास्त्रीय शैलीतून भावगीतांकडे वळले तेव्हा सर्वसामान्यांच्या गळ्यातले ताईत बनले. त्यातला भाव उमजू लागला आणि गाणी ऐकण्याची गोडी वाढली. आपल्या फोटोत अश्याच भावमुद्रा टिपण्याची किमया किंवा युक्ती ही गाणीच

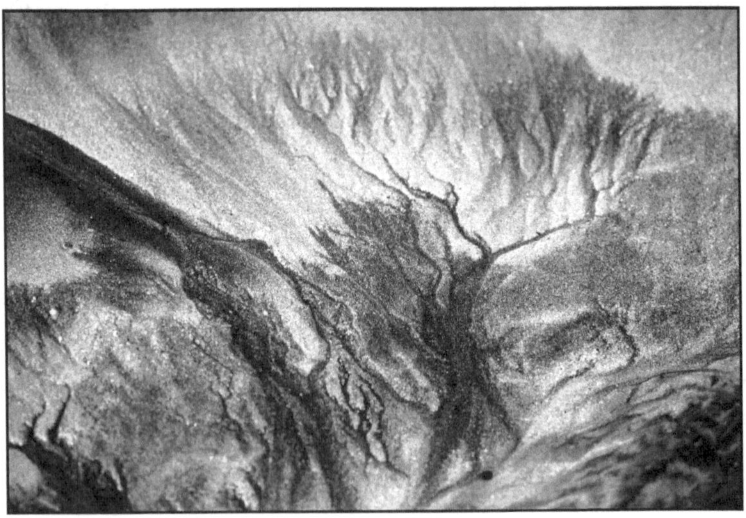

आपल्याला शिकवतात. उदा. 'लाजून हासणे अन् हासून ते पहाणे, मी ओळखून आहे सारे तुझे बहाणे', 'नववधू प्रिया मी बावरते' हे बावरण, लाजणे, हसणे आपल्या फोटोत आले की, तिथे गाण्यातले विचार दिसू लागतात. जसे विवाहसमारंभाचे आहे तसेच निसर्गचित्राचे. कसे तर, कविवर्य निलेश पाटील यांच्या कवितेतील काही ओळी मी इथे नमूद करते, तुम्ही त्यातील संकल्पनेचा फोटो काढून मेल करायचा आहे.

टाळ्या वाजवत गेली
फुलपाखरं मजेत........
जणू फुलंच निघाली
देठावरूनी उडत..........

सारी पाखरे उतारु
करतात किलबिल..........
दिला झाडाने ऋतुला
गर्द हिरवा कंदील!

चला तर, लागा तयारीला....

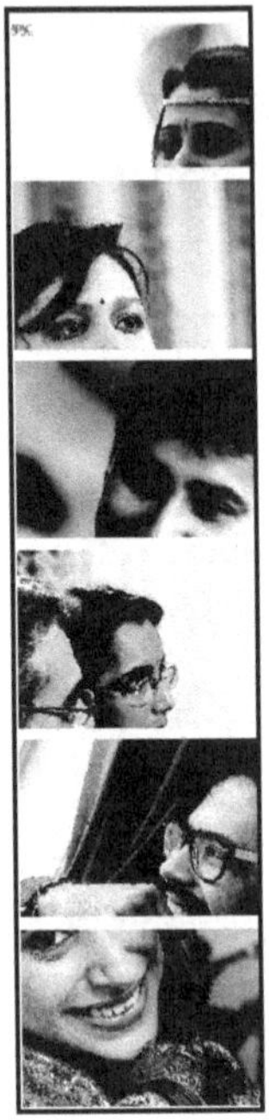

२३. तंत्र आणि ज्ञान

आपल्याला प्रश्नच पडत नाहीत इतक्या गोष्टी आपण किती सहजपणे करत असतो, हे कधी लक्षातच येत नाही. जन्मलेल्या मुलांना ते विशिष्ट वयाचे होईपर्यंत मात्र असंख्य प्रश्न पडतात. प्रत्येक गोष्ट ती अशी का किंवा तशी का नाही, याचे आकलन करत त्यांची ज्ञानसाधना सुरू असते. व्यक्तीपरत्वे ज्याच्या-त्याच्या आकलनानुसार व्यक्तिमत्त्व आणि व्यक्तीची विचार करण्याची पद्धत घडत असते. विज्ञान म्हणजे तरी काय, तर नेमके काय ते जाणून घेण्याची पद्धती. लहानपणापासून प्रत्येकाच्या आयुष्यात घडलेल्या गोष्टींचे परिणाम हे कुठेतरी नकळत जीवनावर होतच असतात. ते कधी दृश्य असतात तर कधी अदृश्य. व्यक्त होताना किंवा एखाद्या गोष्टीबद्दल मत व्यक्त करताना या सर्व गोष्टींचा अंर्तभाव त्यातून दिसून येतो. स्पर्धा ही जीवनाचा अविभाज्य भाग आहे. यातूनच श्रेष्ठत्वाची भावना जन्माला आली. एखादा विचार एका शब्दातून पण मांडता येतो किंवा काव्यातून आणि कधीकधी भली मोठ्ठी

कादंबरी लिहूनपण काय सांगायचे आहे, ते समजावता येत नाही. एकमेकांसाठी व्यक्त होण्यासाठी भाषा, चित्र किंवा फोटो ही अशीच माध्यमे आहेत. भाषेतून अनेक प्रकारे आपले विचार मांडता येतात. ते जेव्हा बोलण्यातून व्यक्त होतात त्या वेळी ते बोलणारी व्यक्ती कोण आहे हे बऱ्याचदा महत्त्वाचे असते. लिहीण्यातून व्यक्त होतात तेव्हा ते कोणत्या साधनाच्या म्हणजे पेन, पेन्सिल, खडू किंवा आताच्या काळातील तंत्रज्ञान लिपी हे महत्त्वाचे नसून त्यात काय सांगायचे आहे, तो आशय खूप महत्त्वाचा असतो. विचारात काही नावीन्य किंवा वेगळेपण असेल तर ते विचार मांडणारी व्यक्ती मार्गदर्शक ठरते. चित्र ही कलापण अशीच विविध माध्यमातून अनेक विचार जन्माला आणते. कुरूपतेलापण एक वेगळेपणा देणारी चित्रकला सौंदर्यातपण कधी मागे रहात नाही. कल्पनाचित्र काढा असा विषय शाळेतून शिकवला जात होता; तेव्हा एखादे वाक्य किंवा गोष्ट दिली जात असे. प्रत्येक विद्यार्थी आपल्या कल्पनेनुसार ती गोष्ट चित्रातून व्यक्त करत असे. निसर्गचित्र असेल तर कोणाच्या चित्रात दोन पक्षी तर कोणाच्या चित्रात चार पक्षी उडत असतात. परिणाम जरी एकच असला, तरी आशय बदलतो. मी सायकलने प्रवास करतो, कारण मी पर्यावरणवादी आहे व माझा व्यायामपण होतो. पण जर लवकर पोचावयाचे असेल तर?

पद्धती अनेक; पण परिणाम एकच. साधन आणि साध्य यांची गरज प्रत्येक गोष्टीच्या अंतिम परिणामावर अवलंबून असते. आवड असणे हा भाग वगळला तर कलेमधील दृश्यपरिमाण साधण्यासाठीच विविध माध्यमांचे निर्माण केले गेले. चित्रकारासाठी जसे व्यक्त होण्यासाठी विविध उपकरणे, रंग, ब्रश असे साहित्य उपलब्ध असले, तरी त्याचा नेमका वापर का आणि कशासाठी करावा याची जाणीव त्याला असते. गाणारा वाद्यांच्या साथीशिवायपण गातो, फक्त तबला पेटीपण चालते आणि वाद्यांचा ताबा घेऊनपण संगीताचा ताळमेळ साधता येतो. दृश्य परिमाणात मात्र त्या त्या पद्धतीत बदल होतो. नाटक, सिनेमा घरी बसूनपण बघता येते आणि मोबाईल वरपण. तरी, अद्ययावत थिएटरमध्ये त्याचा आनंद हा वेगळाच असतो. आपल्या जगण्याला आवश्यक असणारी जीवनसत्त्वे फळे आणि भाज्या व अन्नधान्यातूनपण मिळतात तसेच एका छोट्याश्या गोळीतपण ती सामावलेली असतात. कोणत्या गोष्टीचा उपयोग कशासाठी व का करावा हे व्यक्तिपरत्वे बदलत असते. निष्णात नेमबाजीसाठी योग्य पिस्तुलच लागते. छऱ्याची बंदूक जरी ते काम करीत असेल तरी, तिला तिच्या मर्यादा आहेतच.

विविध कॅमेरे, असंख्य प्रकारच्या लेन्स डिजीटल युगामुळे निर्मितीत आल्या. खेळण्यातला वाटावा असा ते डिजीटल बॅक असलेल्या कॅमेऱ्यांनी विविध प्रकारची

फोटोग्राफी करण्यासाठी अनेक दरवाजे उघडले. मोबाईल हे जरी एकमेकांशी संवाद साधण्याचे माध्यम असले तरी त्यात कॅमेरा देऊन जास्तीतजास्त इंटरनेट कसे वापरले जाईल याचा विचार आपल्या नकळत व्यापार साधता झाला. अनेक साधने जेव्हा एकच गोष्ट करण्यासाठी उपलब्ध होतात तेव्हा नक्कीच सर्वच गोष्टी उपयुक्त असतात. फक्त ब्लेड, चाकु, सुरी, विळी की तलवार हे आपण ठरवायचे असते.

फोटो आणि त्यामागील कल्पना ही प्रत्येकाची स्वतंत्र कलाकारी असते. कोणतेही तंत्रज्ञान त्यासाठी अडचणीत आणू शकत नाही. तंत्र आणि ज्ञान या दोन भिन्न गोष्टी आहेत. ज्याला ते जसे आत्मसात होते तो त्याचा जास्तीतजास्त उपयोग करून घेऊ शकतो. मोबाईल असो की कॅमेरा; प्रत्येकाची वापर करण्याची पद्धत वेगळी. चांगला फोटो कोण काढतो? तर तो आपणच काढतो. तांत्रिकदृष्ट्या फोटो योग्य येण्यासाठी अभ्यासाची गरज भासते. आपण काढलेला फोटो आपल्याला कशासाठी वापरात आणायचा आहे त्यासाठी मात्र आपण कोणते साधन वापरणार आहोत हे निश्चितच महत्त्वाचे ठरते. व्यावसायिक दृष्टिकोनातून विचार केलात तर मिळणारा मोबदला व त्यासाठी आपण वापरणार असलेल्या साधनातील गुंतवणूक महत्त्वाची ठरते. आजकाल फोटो काढण्याचे प्रमाण जितक्या पटीने वाढलेले आहे तितक्याच किमान जास्त पटीत फोटो प्रिंट न करण्याचे प्रमाण वाढलेले आहे. आपण काढलेला फोटो प्रिंट करून आणावा आणि मग सगळ्यांना दाखवावा याचे महत्त्व लग्नाच्या फोटो अॅल्बमसाठीसुद्धा मागे पडत चाललेले आहे. एक फोटो शेअर केला की पुढच्या क्षणाला दुसरा फोटो शेअर करत; एकमेकांवर कुरघोडी करण्यात फोटोग्राफीतील कलात्मकता कोनाड्यात बसली आहे. ज्या वेळी फिल्म फोटोग्राफी होती तेव्हा इतक्या सहजतेने कोणीही फोटो काढत नव्हते. फोटो

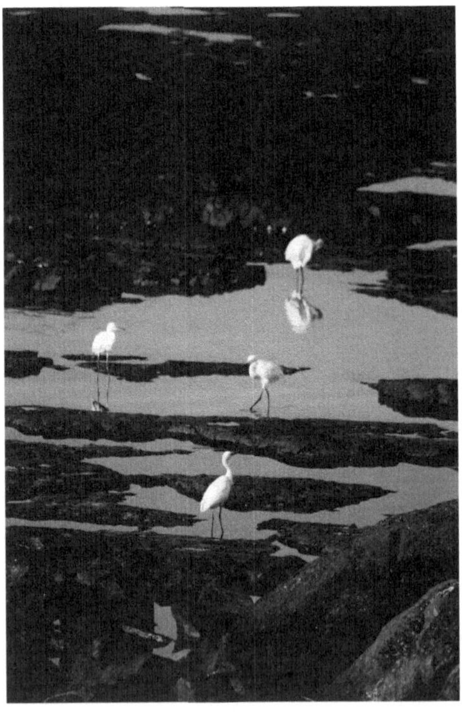

काढण्यासाठी काही कसब लागते हा भ्रम वाटून 'जयाची लिला वर्णिती लोक तीन्ही' तसे हे मोबाईल फोटग्राफीचे लोण पसरलेले आहे. आता यात हौस म्हणून फोटो काढणारे आणि कला म्हणून फोटोग्राफीकडे बघणारे या विचारात अंतर पडत चाललेले आहे. फोटो येण्यासाठी प्रकाशयोजना, कंपोझीशन, पोजींग, लेन्सची निवड, फोटो काढतानाचा अँगल, तांत्रिक दर्जा, आपली वैयक्तिक आवड, आणि नशिबाची साथ यांची गरज असते; पण सर्वदृष्टीने उत्तम फोटो येण्यासाठी उत्तम कॅमेरा हा आपला उजवा हात असतो.

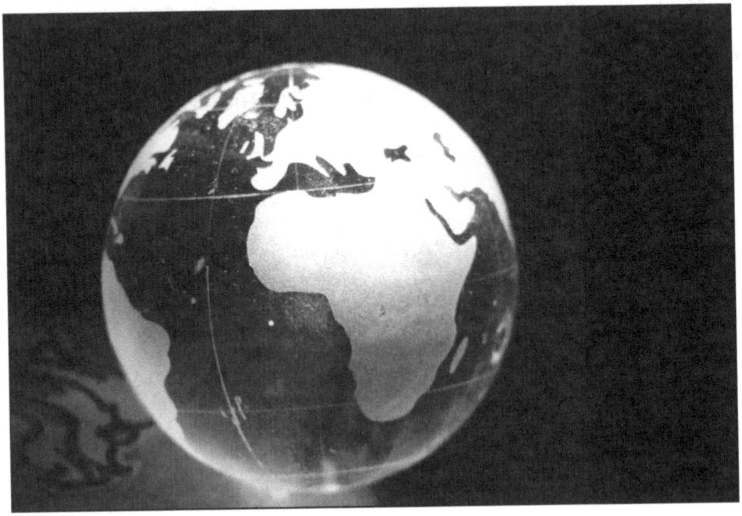

२४. फोटोक्राफ्ट

'आहे ते नाही आणि नाही ते आहे'. गंमत आहे मानवाच्या विचारधारेत. देव दिसत नाही तरी तो आहे. साधा दगड; पण त्यावर शेंदूर लावला की नमस्कार केला नाही तरी त्या दगडाला कोणीही पाय लावणार नाही. एका विशिष्ट वयानंतर माणसाला कशाची ना कशाची भीती रहावी म्हणून माणसानेच निर्माण केलेले हे अवकाश आभासी जगाचे असले तरी, त्यातून वेगवेगळ्या भासांची निर्मिती होते. रविवारी वॉकला निघाले की वाटेत मिरच्या, लिंबू, बिब्बे वाटेत पडलेले दिसतात अगदी न ओलांडता आपण पुढे जातो आणि चुकून ओलांडलेच तर एक अनामिक भीती दाटून येते मनात. सगळ्यांनाच असा अनुभव येतो असे नाही; पण काहीतरी चुकल्यासारखे उगाचच वाटते.

अक्षर जोपर्यंत समजत नाहीत तोपर्यंत तो फक्त एक दृश्याकार असतो. जेव्हा ते अक्षर वाचता येऊ लागते तेव्हा त्याच अक्षरांना जोडून होतो शब्द, शब्दांचे वाक्य,

वाक्यातून पुढे म्हणी, कविता, कथा, गाणी यांच्या रचना. गाण्यांना संगीताची साथ देऊन त्यात आणखीन गोडी आणली जाते. या सगळ्यात महत्त्वाची गोष्ट असते तो त्याचा अर्थ. आपण पैसे कमावतो त्यालापण आपण अर्थार्जन म्हणतो. कमावलेल्या पैश्यात अर्थच तर असतो. आता याची गंमत मात्र अशी आहे की, तो अर्थ मात्र समजावा लागतो. तो समजतो प्रत्येकाला फक्त वेगवेगळ्या रूपात. 'जसा अर्थ तसा परमार्थ.'

फोटोची खासियत अशीच आहे, कधी तो दिसतो; पण खरा तर तो तसा नसतोच. हस्तकला, विचारांची कल्पकता; होय कल्पकता, कारण विचार सगळेच करतात. त्यावर कल्पनाशक्तीचा वापर केला तर काही वेगळेच दृश्य निर्माण होते. लहानपणी बोटाला बोटे जोडून भिंतीवर हरीण, मासा, पक्षी असे विविध सावल्यांचे आकार बघताना हेच तर होते. एक भास निर्माण होतो. फक्त हे भास कधी आश्चर्य उमटवतात तर कधी भीती. भूताखेतांच्या चित्रपटात संगीत आणि सावल्या यांचा मेळ घालून भीतीचा भासच तर निर्माण करतात. लहान मूल रडू लागले की 'तो बघ बुआ आला, तो बघ हत्ती आला' असे बोलून त्याचे लक्ष आपण दुसरीकडे वळवतो आणि तिथेच कदाचित भास आणि आभास मनावर बिंबविले जातात. जादूगार तरी नेमके काय करतो. 'जे दिसतं ते नसतं आणि जे नसतं ते असतं.'

फोटोग्राफीचे जादूगारपण तेच करतात. स्वर्गीय मान्यवर श्री. दयारामजी चावडा यांनी एक व्हॉयलीन या विषयांवर फोटो काढले होते. शेवटपर्यंत कोणालाच समजले नाही की ती एक अत्तराची बाटली होती. चारकोल आणि टाल्कम पावडरचा वापर करून त्यांनी चक्क घरातच हिमालय पर्वत बनवला आणि तो फोटो चक्क एका प्रथितयश फोटोग्राफी विषयाच्या मासिकात मुखपृष्ठावर छापूनपण आला. आता बोला! चंद्रावर दिसणारी हरिणाची गाडी आपण सगळ्यांनीच बघितली आहे. माणसाने प्रगती केली चंद्र, मंगळ गाठले तरी आजसुद्धा सुशिक्षित माणसेपण पत्रिकेत मंगळ आहे म्हटले की, गूढ विचार करू लागतात. जगात निसर्ग सोडला तर बाकी सर्व मानव निर्मित आहे. अगदी जात, धर्म आणि देवसुद्धा. आपले ऋषीमुनी इतके थोर होते की त्यांनी गोष्टीरूपातून रूपकाद्वारे सायन्स सोप्या शब्दांत आणीबाणी श्लोकातून मांडले. स्नान करताना आपण म्हणतो तो, 'गंगेचं यमुने चैव गोदावरी सरस्वती नर्मदे सिंधू कावेरी जलैस्मीन सन्नीध कुरू' हा श्लोक पर्यावरणाचेच तर महत्त्व सांगतो. फक्त आपण अर्थ जसा लावू तसा भास होतो. आई, वडील नसले तरी आयुष्यभर त्यांचा भासच आपल्या जगण्याला आधार देत असतो.

फोटोग्राफी करताना अशा अनेक गोष्टींचे रूप वेगवेगळ्या स्वरूपात दाखवले

जाते. आईस्क्रीम शुट करताना गरजेप्रमाणे कधीकधी उकडलेल्या बटाट्याचा मॅश तर सॉसचा ड्रॉप दाखवताना अंड्याचा पिवळा बलक वापरता येतो. आता ॲनीमेशनमुळे खूप काही सोपे झाले असले तरी अजून कविता ही यंत्र लिहीत नाही, तसेच अप्रतिम फोटोग्राफीचा नमुना हा कल्पनाशक्तीचाच आविष्कार असतो. विशिष्ट रागांमधून आजारावर उपचार होतात आणि झाडेपण संगीत ऐकून बहरतात हे आता सर्वमान्य झालेलेच आहे. तसेच एखादा फोटो किंवा चित्र आपल्याला कल्पनेपलीकडचे विचार सुचवून जाते.

'I like walking in the Rain, because Nobody can see my Tears'. हे चार्ली-चॅपलीनचं वाक्य आपल्याला काय सुचवतं बरं! त्याचे दुःख दिसले नाही तरी ते तिथे असतेच ना!

हे जगच वाळवंटातील ओॲसीस आहे. मोबाईलवरील 'ईमोजी' हे या भासाचेच स्वरूप आहे. आभासी जगात जगायला आता माणसाला जास्त आवडते. खऱ्याखुऱ्या जगात जगताना सत्याला सामोरे जाताना पाय मागे सरकतो. फोटो कल्पनेतून काढण्यापेक्षा काढलेल्या फोटोवर तंत्रमाध्यमातून विचित्रपणा करणे जास्त आवडू लागले आहे. आपल्या विचारांना आभासी जगात वावरणे आवडत असले तरी, जे खरे आहे त्याचा स्वीकार कधी ना कधी करावाच लागतो. औषधाची बाटली समोर ठेवून बरे नाही होता येत. कॅमेऱ्यामागेच, विचारांचा उपयोग केला तर कल्पनाशक्तीचा बहर बहरू लागतो. अन्नपदार्थात घटक तेच असतात; पण कधी त्याचे 'मोमोज' होतात तर कधी 'मोदक'. कलाकाराने आपल्या कलेवर बाहेरील माध्यमांना स्वार होऊ दिले नाही तर तो कलाकारच एक माध्यम बनत असतो. मनाचे श्लोक, रामरक्षा, ज्ञानेश्वरी हे आपल्याला विचार करायला भाग पाडतात.

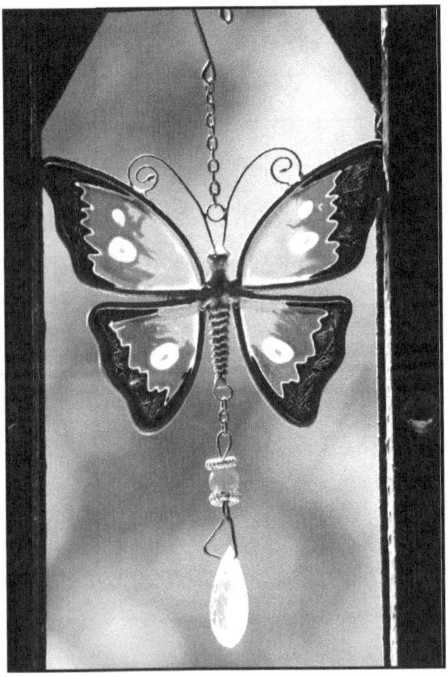

अनेक चित्रकारांची चित्रे आणि नामवंत फोटोग्राफरनी काढलेले फोटो मार्गदर्शक म्हणून आजपण लक्षात घ्यावे लागतात. तंत्रज्ञान कितीही प्रगत झाले तरी मंत्रज्ञान अवगत नसेल, तर कितीही

पाठ केले तरी रहातात फक्त शब्द. आपण फक्त एक 'ॐ' या अक्षराचा विचार केला तर, त्यावर पुस्तक आणि ग्रंथ निर्माण झालेले आहेत. आपण काढलेल्या फोटोतपण एक शब्द, एक वाक्य, एक गोष्ट, एक कविता किंवा एक ग्रंथ दडलेला असू शकतो, फक्त तो फोटो बघणाऱ्यांनी शोधायचा असतो. सापडतो तो; पण फक्त तो तिथे असावा लागतो. तेच काम आहे जातिवंत कलाकार फोटोग्राफरचे.

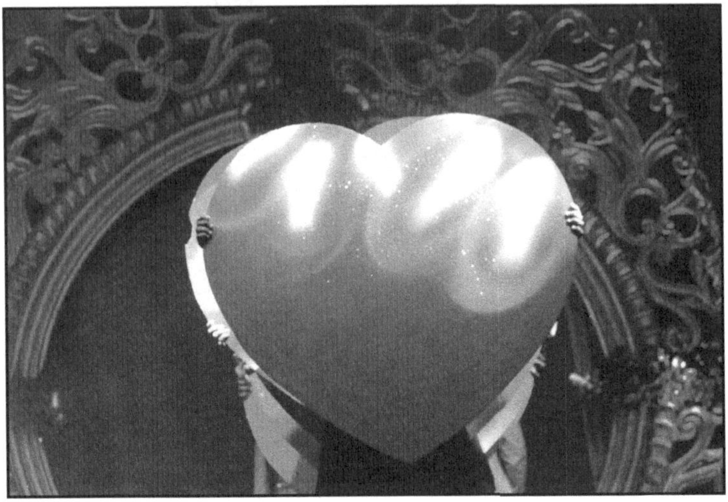

२५. रंगीला रे...

रंगीला रे...
ती शामनिळाई ल्याली,
वेगळीच होती सांज,
तो कातरवेळी ऐसा,
मोरपीस फिरवून गेला. . .

कवयित्री इंदिरा संत यांच्या कवितेतील या ओळीतील मोरपीस; रंगांचा गंध घेऊन येते. मनमोहक असे अनंतरंग या मोरपीसातून मनाला भुरळ घालतात. मोर पिसारा फुलवून नाचताना सकाळची सोनेरी किरणे त्यावर एकरूप झाली की जंगलात वाघाला बघून जो आनंद मिळतो त्यापेक्षा अधिकच आनंद मन मोराचा पिसारा फुलवतो, आणि सहज गुणगुणते मी 'बाई बाई मन मोराचा कसा पिसारा फुलला....' फुलांना असतो तो सुगंध आणि रंगांतून खुलतो तो गंध. लोणावळ्याला एका विवाह

समारंभाची फोटोग्राफी करत होते. माझी लग्नसमारंभाची फोटोग्राफी करणे याची व्याख्याच वेगळी आहे. डेस्टीनेशन वेडींग होते ते. भल्यामोठ्या रिसोर्टच्या मधोमध असलेल्या स्विमींग पुलावर जाणीवपूर्वक मी पाण्याचे तुषार उधळवले होते आणि सूर्यकिरणांची योग्य वेळ व कोन साधून अगदी सहज आल्यासारखे; पण कृत्रीमरीत्या साकारलेले इंद्रधनुष्य निसर्ग सौंदर्यात भर घालत होते. कल्पकतेला खरोखर दाद द्यावी असे कला दिग्दर्शन जमून आले होते. मी समारंभापूर्वी या ठिकाणी केलेली रेकी आणि उत्तम फोटोग्राफीसाठी केलेले पूर्वनियोजन उपस्थितांना 'आ' वासून बघायला आमंत्रित करत होते. रंगगंध! विवाहसमारंभ म्हणजे मनातले, भावनेचे आणि दृश्य स्वरूपातल्या रंगांची दिवाळीच. नववधूच्या गालावरील गुलाबी छटा, वधूवरांच्या हास्यातील छुपे रंग, लहानांपासून-थोरांपर्यंत कपडेपटाचे रंगीबेरंगी सादरीकरण. विवाहवेदी आणि स्वागतकक्षात सजलेले विविध रंग. पाकशाळेत विविध आकार आणि रंग ल्यालेली विविध पंचपक्वान्ने. अगदी ऊसाच्या रसापासून ते घीवरपर्यंत आणि मालपोव्यापासून घमघमणाऱ्या मसाले भातापर्यंत होत असलेली रंगांची उधळण तिथे असलेल्या निसर्ग सौंदर्यात अधिकच भर घालत होती. रंग व सुवासाच्या या दोन्ही गंधांतून आधी डोळे मग नासिका आणि शेवटी जिव्हा या रंगपंचमीत तृप्त होत होती. विविधरंगांनी आपले आयुष्य समृद्ध होत असते. रंगशास्त्र हा एक स्वतंत्र विषयच आहे. निसर्गानेच आपल्याला सात सूर आणि सात रंग दिले. पावसाळ्यात निळाईवर उमटलेले सप्तरंग मनातील सुप्त इच्छांना भुरळच तर घालत असतात. पक्षी, नदीनाले, वारा यांच्या आवाजातून निर्माण होणारे संगीत हे या सात रंगांच्या मैफिलीत सुरांच्या तानेवर ताना घेत असते. फक्त आपण जागे असलो तर, निसर्ग आपल्याला भरभरून देत असतो. फक्त आपण त्याला काय देतो हा विचार कधी केला का?

दिवाळी हापण दिव्यांचा तसेच अनेक रंगाचा सण. मनमोहक असे अनेक रंग आकाशकंदिलातून, नवीन कपड्यातून, दागदागिन्यांतून, बाललीलांतून, पणत्यांमधून, रंगावलीतून हो-हो अगदी प्रत्येक गोष्टीतून; इथेसुद्धा फराळातून रंगांच्या छटा खुलत असतात. भरलेले फराळाचे ताट पिवळ्या रंगाच्या चिवड्याच्या पार्श्वभूमीवर खुलून दिसते. रंगांच्या दुनियेत या पिवळ्या रंगाचे महत्त्व थोडे विशेष आहे. आपल्या मेंदूशी या रंगाचे जवळचे नाते आहे. यासाठीच टोल नाका जवळ आला की बाजूचे मार्गदर्शक पट्टे पिवळ्या रंगात असतात जे आपले लक्ष वेधून सावध करतात. सरकत्या जिन्यावरून जाताना मधला पट्टा आणि पायरीची बॉर्डरपण यासाठीच पिवळी असते. 'उदरभरण नोहे जाणीजे यज्ञकर्म' म्हणताना पांढऱ्या शुभ्र भातावर पिवळे धमक वरण; आपण लक्ष देऊन जेवावे हेच सुचवत असते. गंमत म्हणजे तुरीची डाळ जी आपल्या

स्मरणक्षक्तीसाठी उपयुक्त आहे ती पण पिवळीच आहे. अभ्यासाच्या ठिकाणी आपल्या समोरील भिंतीवरचा रंग पिवळ्या रंगाच्या शेडमध्ये असेल तर मन एकाग्र होते. 'तानापीहीनिपाजा' हे आपण शाळेत असतानाच शिकलेलो असतो. प्रीझमचा प्रयोग आपण तेव्हाच केलेला असतो आणि प्रकाश प्रीझममधून जाताना तिरपा होऊन आपले प्रत्येक रंग वेगळे करून दाखवतो. प्रमुख रंग तीनच रेड, ब्ल्यु आणि ग्रीन. त्यांना कॉम्प्लीमेन्ट्री म्हणून सियान, मजेंडा, यलो हे खुलून दिसतात. निसर्गाकडे लक्ष देऊन बघितले तर या एकमेकांवर खुलून येणाऱ्या रंगांची गंमत दिसू शकते. चित्रकार चित्रे काढताना यांचाच तर खुबीने वापर करीत असतात. फोटोग्राफरने पण यांचा विचार केला तर, रंगांना वापरण्याची युक्ती फोटोला एक वेगळा आयाम देत असते. शेवटी, फोटो याचाच अर्थ 'प्रकाश' आणि प्रकाश म्हणजेच त्यातले सप्तरंग. रंगांना काही अर्थ आहेत तसेच रंगांचे उपयोग अनेक आहेत. सूर्याला सकाळी अर्घ्य देताना प्रकाश किरण पाण्यातून आपल्या शरीराला सप्तरंगांची शक्तीच तर प्रदान करीत असतात. 'रंगांना भाषा नाही' म्हणून तर जगात सगळीकडे सिग्नलचे रंग सारखेच असतात. लाल रंग हा सर्वांत स्ट्राँग रंग आहे आणि तो सगळ्यात शेवटी 'कलर ब्लाईंड' होत असल्या कारणाने गाड्यांना किंवा आपल्याला थांबवण्यासाठी त्याचा वापर सिग्नलमध्ये केलेला आहे. हिंदू विवाहपद्धतीत साखरपुड्याला हिरव्या रंगाची साडी 'आगे बढो' म्हणत असते तर हळदीचा पिवळा रंग जरा सावकाशची सूचना मनाला करत असते. विवाहवेदीवर उभे राहीले की सौभाग्यवतीच्या कुंकवाचा लाल रंग 'आता इथे थांबा' असे तर सुचवत नसेल... हे आपलं सहज गंमत म्हणून.

रंगांची दुनियाच न्यारी आहे. फोटोग्राफी करताना आपल्याला याची माहिती शिकून घेणे गरजेचे आहे. फोटो हा नेहमी आर.जी.बी म्हणजेच रेड, ग्रीन आणि ब्ल्यू या तीन प्रमुख रंगांचे प्रॉडक्ट आहे. सगळ्यात मोठा कलर गॅमट ग्रीन असतो व त्यानंतर ब्ल्यू व सगळ्यात लहान रेड आणि तरीही स्ट्राँग. मारुतीराया लालबुंद सूर्याला बघून सफरचंद समजून झेपावले होते, त्यातून रेड म्हणजे शक्ती असे सुचवायचे होते बहुतेक. निसर्गात फळांचे, भाज्यांचे, धान्याचे रंग कशासाठी आहेत हा एक स्वतंत्र विषय होईल. निसर्गचित्रांचे फोटो काढताना काळवेळेनुसार प्रकाशाचा केलेला वापर उत्तम प्रकाशचित्रे मिळवण्यासाठी केलेली युक्तीच असते. रंगांच्या या दुनियेत पाणी जसे कोणत्याही रंगात एकरूप होते, तसे आपण निसर्ग रंगांशी एकरूप होऊ शकलो तर निसर्ग आपल्याला जाणवतो. पर्यावरण शब्दातील हे रंगांचे आवरण आपल्याला उमगले तर, आपण नक्कीच आपल्या सोईपेक्षा झाडांना अधिक महत्त्व देऊ ज्यामुळे कोणतीही अपेक्षा न ठेवता हीच झाडे आणि हाच निसर्ग आपल्याला

आपली झोळी फाटेपर्यंत दान करेल यात शंकाच नाही. आपल्यावर आवरण घालणाऱ्या घरांपेक्षा निसर्गावर आवरण घालून पर्यावरणाचे रक्षण केले तर आपल्याच जीवनाचे इंद्रधनुष्य होण्यास वेळ लागणार नाही व सहज शब्द ओठांवर येतील, 'मानसीचा चित्रकार तो'....

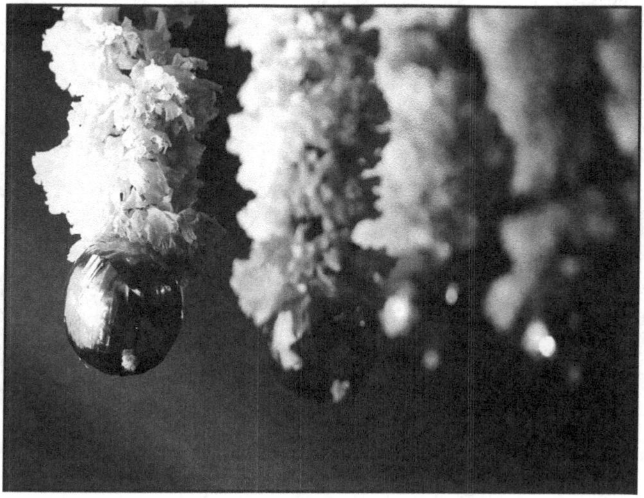

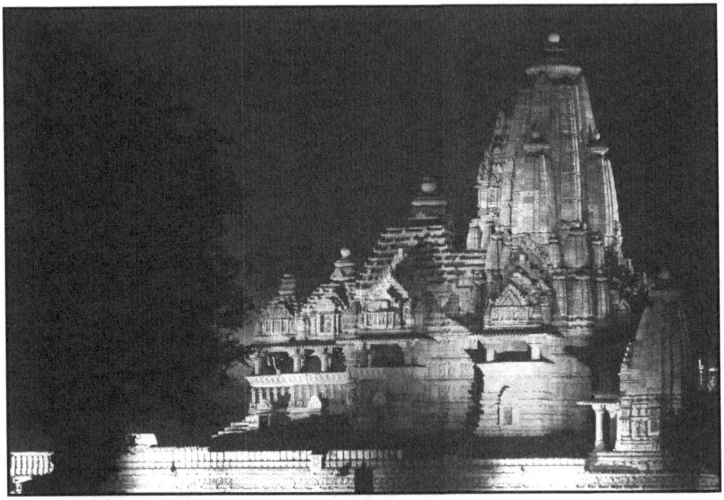

२६. फोटोशिल्प

छत्रपती शिवाजी महाराज स्थानकातून राजधानीने वेग घेतला आणि आमचा फोटोग्राफीचा प्रवास सुरू झाला. हसतखेळत पहाटे पाच वाजता झाशी स्थानक आले तसे महाराणी लक्ष्मीबाईंचा इतिहास मनात जागृत झाला. या फोटोटुरीझम म्हणजेच प्रकाशाच्या प्रवासात निरीक्षण आणि विश्लेषणात्मक दृष्टीने कसे बघावे याचा विचार करून, मग फोटोग्राफीचा विचार करणे हे कसे महत्त्वाचे आहे हा अभ्यासाचा विषय होता. निरीक्षण करण्याची कला लहानपणापासूनच आपल्याला अवगत असते. साधा कागद; पण ओरीगामी कला अवगत असेल तर त्यातपण अनेक आकार दिसतात. रंग, ब्रश आणि कॅन्व्हासच्या माध्यमातून साकारलेले चित्र ही त्या चित्रकाराची फक्त दृष्टी नसते, तर त्यामागे त्याने केलेला एक विचार असतो. दिसायला दगड असला तरी मूर्तीकाराला त्यात दडलेले शिल्प दिसत असते. आम्ही पण झाशीहून खजुराहोला आधी राने फॉल्स आणि कॅनल येथील विविध दगडांमधील सौंदर्य शोधायला निघालो

आहोत आणि त्यानंतर दगडांना जिवंत करणारी शिल्पाकृती खजुराहो मंदिरात न्याहाळणताना नक्कीच मंत्रमुग्ध होणार हे नक्की करूनच झाशी स्थानकातून प्रयाण केले.

पाऊस यावेळी मनसोक्त हुंदडला होता, त्यामुळे ऑक्टोबरचा तडका तडकत नव्हता. हळूहळू सरकणाऱ्या पॅसेंजरमधून सृष्टीचा पट उलगडत होता. निसर्गाकडे वेगवेगळ्या पद्धतीने बघितले तर, तेचतेच दृश्य एक निरंतर नव्याने उमलत जाते. आपण नेहमीच काही ना काही कारणाने प्रवास करत असतो; पण आजकाल मोबाईल नामक गंधर्वाने अशी काही जादू केलेली आहे की, मान वळवणे आपण विसरलो आहोत की काय, असेच जाणवू लागते. आमच्या आजूबाजूला हीच परीस्थिती होती. पूर्वी प्रवासात गप्पा रंगत असत. विचारांची देवाणघेवाण होत असे. अचानक काही ओळखी निघत असत. आता मात्र, जागा पकडणे आणि नम्रपणे बिनपगारी सेवकांसारखे ओळखी व अनोळखी लोकांना उत्तरे देणे यांसारखे महत्त्वाचे काही उरलेलेच नाही. आपण भ्रमण करत असलो तरी तो भ्रमणध्वनी आपल्याला भ्रमात ठेऊन भ्रमणानंदापासून अलिप्त ठेवण्याचे काम चोख बजावत असतो. फोटोग्राफरची नजर ससाण्यासारखी असावी. दूरवर दिसणारी गोष्ट कधीकधी एक वेगळाच परमानंद देत असते आणि हाताची बोटे तिसऱ्या डोळ्याच्या कळीवर कार्यरत होतात. मग मनात उमटलेले चित्र फोटोरूपाने अमर होते.

आम्ही आमच्या खजुराहो येथील निवासातून प्रयाण केले आणि राने फॉल्स या स्थळी आमचे आगमन झाले. प्रवासाचा तसा थोडा शीण जाणवत होता. येताना आमच्या अग्नीरथाने एका वृषभाला धडक देऊन निष्प्राण केले होते ते दृश्य मनावर ओरखडा ऊमटवून गेले होते. आमची पावले अलगद एका टेकडीवजा उंचीवर स्थिरावली मात्र, सगळा शीण आणि मनावरील मळभ कापरासारखा मुक्त झाला आणि कल्पनाविश्वापलीकडील कल्पनेत मन भराऱ्या घेऊन लागले. इथे मी कोणतीही खजुराहोची माहिती सांगणार नाही आहे. त्याकडे बघण्यासाठी जी युक्तीसदृश दृष्टी लागते, त्या नजरेने आपण पहाणार आहोत. संधिप्रकाशाच्या सोनेरी प्रकाशात विविध रंगांच्या दगडात, छे! दगडांना दगड म्हणणे म्हणजे फुलपाखराला पक्षी म्हणण्यासारखे होते. ठायीठायी आपण दगड नसून एक सुंदर चित्रकल्पना आहोत हे निसर्ग आपली विशालता दाखवून, आपण त्याच्यापुढे किती खुजे आहोत याची जाणीव करून देत होता.

त्या प्रचंड अशा दरीत कोसळणारा पाण्याचा प्रपात पाहून पाण्याला 'जीवन' असे का म्हणतात याची जाणीव झाली. निरव शांततेत प्रचंड तप केलेल्या ऋषीमुनींच्या

पांढऱ्या शुभ्र लांबलचक दाढीप्रामाणे दगडांच्या कानाकोपऱ्यातून प्रवास करणारा तो धबधबा पाहून समर्थ रामदासांचे काव्य आठवले- 'गिरीचे मस्तकी गंगा तेथुनि चालली बळे धबाबा। लोटतो धारा धबाबा तोय आदळे समर्थांचे शब्द।' सामर्थ्य समजून घेताना दगडांना शब्द सापडला गिरीपुत्र हो गिरीपुत्रच आहेत ते. अलगद तिसरा डोळा मनाने वेधलेल्या चित्रकल्पनेला साकार करण्यासाठी सरसावला. काय, कुठे आणि किती बघू. चित्रांचे थवेच जणू नाचत होते आणि कुठून कसे चित्रण करावे यासाठी मनाला उधाण आले होते. सृष्टीचे विविध अंगांनी होणारे दर्शन पावलोपावली अनामिक खुणा उमटवत होते. नजरेची तहान इतका मोठा जीवन सोहळा समोर असूनही भागत नव्हती. पावले परत फिरण्यासाठी मनापासून तयार होतंच नव्हती; पण कॅमेऱ्याच्या माध्यमातून तो निसर्ग मनाच्या कोपऱ्यातून अलगद फोटोरूपात एकरूप झालेला होता.

एका विस्तीर्ण बगिच्यात अंधाराला चिरून एक निरव शांतता पुढील घडणाऱ्या घटनेची साक्षीदार ठरणार होती. कृत्रिम प्रकाश आणि आवाजाच्या मनोमिलनात एक खेळ रंगात येत होता. सर अमिताभ बच्चन यांच्या धीरगंभीर आवाजाने समाधी भंग झाली आणि १८० अंशाच्या कोनात खजुराहोची मंदिरे आपला इतिहास उलगडत प्रकाशात न्हाऊन निघत होती. कॅमेरा अंधःकारातपण आपले काम चोख बजावत होता. दृष्टीपटलातून मनाला वेड लावणारा तो लाईट आणि साऊंडचा शो न रहाता इतिहासाची पाने हळूहळू उलगडत होता. मंदिराच्या निर्मितीतून सौंदर्याची उधळण करणाऱ्या त्या कलाशिल्पींच्या कल्पनाशक्तीसमोर आपण नतमस्तक न झालो तरच नवल! हेच नवल उद्या सकाळी 'याची देही याची डोळा' आपण पहाणार आहोत याचा विचार करता करताच डोळा लागला.

सकाळी सहाच्या सुमारास रजनीच्या साक्षीने पावले मंदिराच्या प्रासादात उमटली आणि मन भावविभोर झाले. कालचा सोहळा पहाताना हा एखादा सेट असावा असा भास निर्माण करणारी ती मंदिरे, ताठमानेने आपला कलासंभार सांभाळत जणू डुलत होती. रविकिरणांनी त्यावर निःसंकोचपणे रंगांची उधळण त्या शिल्पांवर केलेली होती. गाईड काय माहिती सांगत आहे त्याकडे कानाडोळा करत नयनसोहळा रंगात आला होता. जन्म, मृत्यू, विवाह रोजचे जगणे त्यात होतेच; पण कामसुत्रासारखा विषयसुद्धा एक वेगळे मनमोहक रूप घेऊन गिरीपुत्रात साकारलेला होता. कल्पनातीत अशा त्या शिल्पकलेला फोटोरूपात टिपताना भान हरपलेले होते. घटनेनुरूप चेहऱ्यावरील भाव साकारलेले पाहून 'गीत गाया पत्थरोने' का म्हटले होते याची जाणीव होत होती. उंची आणि शरीरयष्टी प्रमाणे शिल्पात कोरलेली अंग-प्रत्यंगे नग्न असूनही नग्न भासत

नव्हती. कलेचे सामर्थ्य इथेच जाणवत होते. कमाल म्हणजे; ज्या खासगीतल्या शरीरसंबंधाना आपण विनाकारण अश्लील संबोधत असतो त्याच गोष्टी लहान-थोर अनामिष नजरेने निरखत होते. नजर ठरत नव्हती एका ठिकाणी. चित्रकलेचे पुस्तक अलगद उलगडत जावे तसे, ही शिल्पकलेची नजाकत शब्द खुंटीत होती आणि फोटोग्राफीचा कस लागावा, यापलीकडे गेलेली होती. एक असा कोपरा नव्हता की जो आपल्या मनाशी संवाद साधत नव्हता. शिल्प दिसणे, शिल्प पहाणे, शिल्पाशी संवाद साधणे, शिल्पात एकरूप होऊन मनात त्याचे विश्लेषण करणे आणि त्यातून फोटोग्राफीचा विचार करून फोटो काढणे, किती अवघड आहे याची जाणीव होऊ लागली होती. मंदिरांवरील या अलंकारांचे अस्सल चित्रण करणे अशक्यप्राय आहे. ती आभूषणे मिरवणारी गिरीपुत्रांची मांदियाळी एखाद्या तीर्थक्षेत्रापेक्षा अधिकच शिल्पक्षेत्र बनून निश्चल असूनही जिवंत होऊन सभोवताली फेर धरून नृत्य करीत होती. ऊन, वारा, पाऊस, नैसर्गिक आपत्ती आणि मानवनिर्मित युद्धप्रसंगांना तोंड देत; हजारो वर्षे उभी असलेली ही स्थापत्यकला पाहून, कोणतेही यांत्रिक (technology) सामर्थ्य नसताना केलेल्या निर्माणाला पाहून मनात सतत एकच विचार येत होता. 'आज विज्ञान इतके प्रगत होऊन आपण असे काही साकारू शकत नाही, मग खरे प्रगत कोण होते? ते की आपण?' इथेतर फक्त फोटो काढतानापण कस लागत होता, इतके ते कठीण आहे. सूर्याच्या कलाकलाने ऊन-सावलीचा हा खेळ कॅमेरात बंद करणे, हे अवघड काम लीलया पार पाडणे गरजेचे होते. कमीतकमी वेळेत उत्तम रचना बंदिस्त करण्यासाठी प्रोत्साहित करणाऱ्या स्थापत्यकलेला आणि त्या शिल्पकारांना, आम्हाला ही वेगळी प्रेरणा दिल्याबद्दल साष्टांग दंडवत. पुढील लेखात पाहू निसर्गाचा आणखी एक चमत्कार.

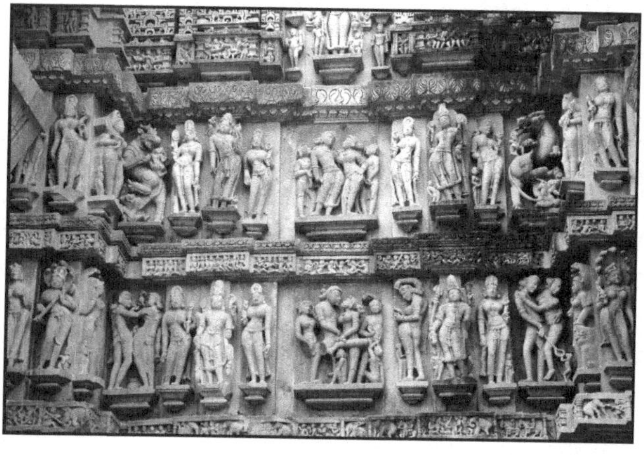

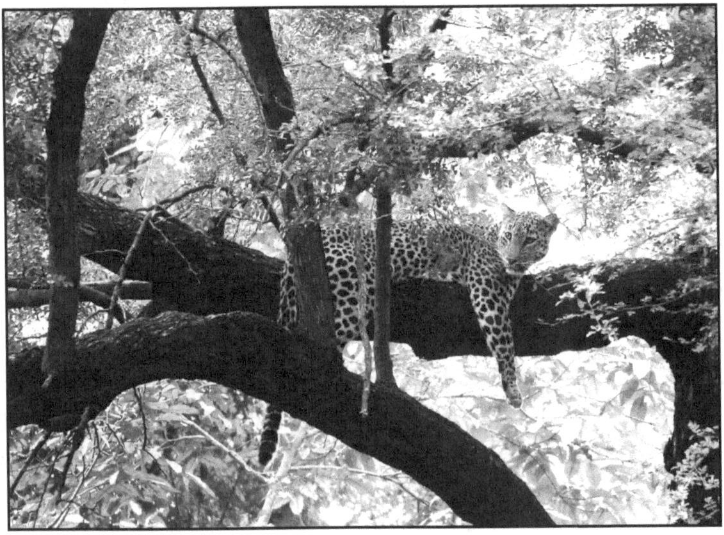

२७. वृक्षवल्ली / फोटोविहार

'वृक्षवल्ली आम्हा सोयरे वनचरे,
पक्षी ही सुस्वरे आळवीती'

संत तुकारामांच्या या ओळी सर्वार्थाने खरे ठरवणारे 'पन्ना' हे अभयारण्य. तसे तर सगळी सृष्टीच यात सामावलेली आहे. हे जंगल प्रवासाचे वर्णन नाही, तर वनात फोटोविहार करण्याची एक सोपी युक्ती आहे. खजुराहो येथील गिरीपुत्रात प्राण फुंकणाऱ्या कलाकारांची कला नयनाद्वारे मनःपटलावर कोरल्यानंतर आमची पावले पन्ना अभयारण्याकडे वळली. पहाटे पहाटे वनविहार करण्यासाठी जमा झालेले विविध विभागातील पर्यटक पाहून माणूस खरंच जंगलात किती आनंदी राहू शकतो याचा अनुभव येत होता. वनात राहणारा मानव गावात आणि शहरात स्थाईक झाला तरी वनाची ओढ त्याला स्वस्थ बसू देत नाही. प्रवेशद्वारावरील सर्व सोपस्कार पार पडले आणि आमची जीप्सी चार पायांवर पुढे सरकली. कॅमेरे सरसावले, नजर भिरभिरली,

मन हळूहळू वनमग्न होत होते. एक एक्स्ट्रॉ बॅटरी आणि मेमरी कार्ड सोबत ठेवले होते. आता पुढचे काही तास आणि दोन दिवसात चार वेळा सगळे विसरून फक्त आणि फक्त वृक्षवल्ली आणि वनचरांची सोबत. 'फोटो काढणे' ही फोटोग्राफरची सर्जनशीलता असायला हवी. तो फक्त फोटो काढत नाही तर, कल्पकतेचं आणि व्यक्तिमत्त्वाच प्रतिबिंब पुर्नप्रक्षेपीत करत असतो. 'फुलाचा गंध यावा, पण फूल दिसू नये' तसे, आलेला फोटो कविता किंवा गोष्ट घेऊन येतो. ती दिसत नाही, पण निरीक्षणाच्या रियाजाने ती वाचता येते. वाईल्ड लाईफ फोटोग्राफी करताना कॅमेऱ्यावर असलेली हुकमत आणि सतत नवीन विचार करण्याची सवय; ढोबळपणे फोटो काढण्यापेक्षा कलात्मकता आणि सौंदर्य निरखून फोटो टिपण्यात, आमचे विद्यार्थी पारंगत झालेले आहेत. सवय ही एक अशी गोष्ट आहे की अनेक गोष्टी आपण त्या सवयीनुसार सहज करत असतो. जंगलात मात्र खरा कस लागतो. कोणत्याही क्षणी काहीही घडू शकते. आपण किती तत्पर आहोत यावर तो क्षण अमर करण्याची किमया साध्य करता येते.

निरव शांततेत चक्क डोळे मिटून जंगल ऐकायला शिकले की विविध प्रकारचे ध्वनी कानात रुंजी घालू लागतात. 'पक्षी ही सुस्वरे आळवीती' याचे प्रत्यंतर याची देही याची कानी क्षणाक्षणाला येत असते. दोनशेपेक्षा जास्त पक्षी या अभयारण्यात आहेत. बेअरहेडेड गुस, हनी बुझार्ड, ब्लॉसम हेडेड पॅरॅकीट, पॅरॅडाईज फ्लायकॅचर, कींग व्हल्चर आणि व्हाईट नेकेड स्टोर्क सहज दिसतात आणि भाग्य असेल तर इंडीयन पॉन्ड हेरॉन, कील, बुलबुल, मैना, कुकु आणि वेडा राघू दृष्टीस पडतो. नजर फिरेल तिथे पक्षांची पंखगीरी आपल्याला उसंत मिळूच देत नाही. यासाठी फोटो काढताना विशिष्ट लेन्स असली तर खूपच उपयोग होतो. जंगलवाटा जीवन सौंदर्य उमटवत वळवळाणातून खुलत जात असतानाच आमचे निरीक्षण करणारे सांबर किती अनभिषिका नजरेने निरखत होते. मध्येच पोटोबा करत ताठ मानेने बघणाऱ्या सांबाराचा हेवा वाटत होता. आपल्या या घरात तो कोणत्याही संरक्षणाशिवाय निर्भीड आणि स्वतंत्र वाटत होता. आपण आपल्या घरात, गावात, शहरात ते आपले असूनपण असे निर्भीडपणे कधी जगू शकू, याचा विचार उगाचच मनात डोकावला.

हरणे बागडत होती आणि मर्कटलीला रंगात आल्या होत्या. सकाळी सकाळी संपूर्ण जंगल आणि जंगलवासी जगण्याचा सोहळाच जणू साजरा करत होते. आमच्याकडे कुतूहलाने बघत; ते परत आपल्या दिनचर्येत मग्न होत होते. कोणतीही शाळा न शिकता 'जगा आणि जगू द्या' हे तत्त्वज्ञान आचरणात आणणारे वन्यप्राणी आपल्याला किती मोठी शिकवण देत असतात. पन्नातील पाने नी पाने, वेली आणि वृक्ष कोवळ्या उन्हात तरुण दिसत होती. एका वळणावर आम्ही वळलो आणि आकाशात चित्रकाराची

रंगांची पॅलेट उलटलेली दिसत होती. एकमेकांत मिसळलेले ते रंग पाहून रविकिरण आणि सृष्टी एकमेकांना आलिंगन देत नयनरम्य चित्र साकारत होती. तो होता एक चमत्कार गोंदाच्या झाडाचा. गोंद जसा चिकट असतो तसेच, आपली नजर त्या दृश्यावर चिकटते ती हलतच नाही. चंद्रप्रकाशात हे झाड असे काही रंग दाखवते की, त्याला 'घोस्ट ट्री' असे नाव का दिले असावे हे उमजते. बेल, महुआ, आवळा, कुल्लू, अच्छर, सलाई, साग, तेंदू आणि खैराच्या झाडांनी वनात रंगरंगोटी केलेली आहे. वाऱ्यावर डोलताना एक वेगळाच सुगंधित वारा आपल्याला न्हावू घालताना एक वेगळाच उल्हासित आनंद देतो.

फोटो उमजणे हे फोटो काढण्यापेक्षा वेगळे तंत्र आहे. गायकीचा राग समेवर येतो आणि खरा रसिक 'क्या बात है' ची दाद देतो. व्हॉयलीनचे सूर 'सा प सा प' ची धून पकडते आणि शब्दांचे काव्य कान तृप्त करते. जंगलात पक्षी कानांना आणि दृश्य मनःपटलांना जे सुख देते तेच खरे स्वर्गसुख आहे. जंगलात फक्त आणि फक्त वाघासाठी आलात तर जंगल कधीच समजणार नाही. तो शिरोमणी आहेच; पण जंगलाच्या पार्श्वभूमीवरच तो शोभून दिसतो. कोणत्याही फोटोत बॅकग्राऊंड आणि फोरग्राऊंडचा विचार केल्याशिवाय ते पूर्ण होत नाही. तसेच या जंगलात वाघ हा अस्वल, ससे, हरणे, सांबारशिंगी, निलगाय, लेपर्ड, चीतळ, चींकारा यांच्या कुटुंबाचा एक भागच आहे, हे लक्षात घेतले पाहीजे. हे सर्व असतील तरच तो जंगलात राहू शकतो. यासाठी ज्या जंगलात वाघ आहेत ते जंगल परिपूर्ण मानले जाते. जसे फक्त अक्षर आणि अक्षरांचा शब्द आणि शब्दांचे वाक्य बनते, तसेच एक परिपूर्ण फोटो हा विविध वैविध्याने समृद्ध असावा लागतो.

प्रकाशचित्र हे सकाळी आणि संध्याकाळी प्रकाशाच्या खेळात सहभागी झाल्यावर आधी दृष्टिपटलावर उमटते, मनाशी संवाद साधते आणि अलगद तिसरा डोळा उघडतो असा हा त्रिवेणी संगम आहे. अनपेक्षित गोष्टी घडणे हा जंगलातला नियमच आहे. खरेतर तिथे सगळे नियमानुसार घडत असते. आपणच तिथे अनपेक्षित असतो कदाचित! आमच्यासाठी असाच आणखीन एक दृश्यानुभव आमची वाट बघत होता आणि 'वाघ वाघ' म्हणत असताना अगदी आमच्या समोरच सानुला गोंडस बाळ बिबट्या (लेपर्ड) कॅट वॉक करत होता. नजर, मन आणि विचार स्तब्ध झाले होते. ती नजाकत जराही भीती न दाखवता त्या जंगलाच्या वाटेवर पदन्यास करत होती. आपल्यालाच फोटो मिळण्यासाठी केविलवाणी धडपड करणाऱ्यांची कीव कराविशी वाटत होती. त्या आवाजभंगाने चित्तसावध झालेला तो बछडा नजरेसमोरून अलगद आपल्या वनात निघून गेला आणि विनाकारण घाईगर्दी करणारे फक्त हळहळत राहीले.

एक वळण पार केले आणि झाडाच्या फांदीवर पक्षी दिसतात, पण इथे एक भलामोठा लेपर्ड पाय सोडून विसावला होता. मधूनच आमच्याकडे वळून बघत विश्रांतीत बाधा आणली म्हणून नाराजी दर्शवत होता. पन्नामधील वाघिणीने नुकतेच दोन पिल्लांना जन्म दिल्याचे समजले. तिने कालच शिकार करून त्यांच्या भुकेची सोय केलेली होती जेणेकरून ती दृष्टिपथात येत नव्हती. असे म्हणतात की वाघीण जवळपास नसेल तर लेपर्ड बाहेर पडतात. जंगलात अस्वल आणि लेपर्ड दिसणे ही अतिशय दुर्मीळ गोष्ट आहे; पण आज दिवस त्यांचा होता. अगदी जवळच्याच झाडावर आणखीन एक अतिशय सुंदर लेपर्ड आमच्या काळजाचा ठाव घेत होता. झाडा-झाडावर फुले तसे फांदी-फांदीवर लेपर्ड उगवले होते आणि आमचे मन तृप्त करत होते.

जंगलात जाण्यापूर्वी खरेतर एक प्रशिक्षण वर्ग घेणे आवश्यक आहे. आपण त्यांच्या अधिवासात आलो आहोत याची जराही तमा न बाळगता जाणकार फोटोग्राफरपण जो काही अट्टाहास करतात तो खरंच या जंगलावर आणि तिथल्या वनचरांवर केलेला अत्याचारच आहे. नवशिक्यांना मागे सारून, जीप चालक आणि गाईड यांना लाच देण्याचे आमिष दाखवून मिळवलेला फोटो कदाचित क्षणिक समाधान देत असेल; पण प्रत्येक वेळी तो फोटो बघताना केलेली लाचारी नक्कीच आठवत असावी. आपली जीप मधे घुसवून इतरांचा रसभंग करणारे हे खरे फोटोग्राफर असूच शकत नाहीत. रंगात आलेल्या मैफलीला मध्येच जांभई देऊन दृष्ट लावणारे असे गुण फक्त आणि फक्त माणसातच असू शकतात. प्राणी कधीही विनाकारण एकमेकांच्या तंगड्यात तंगडी घालत नाहीत. आपण हे कधी शिकणार? नको त्या सवयी तिथल्या कामकऱ्यांना

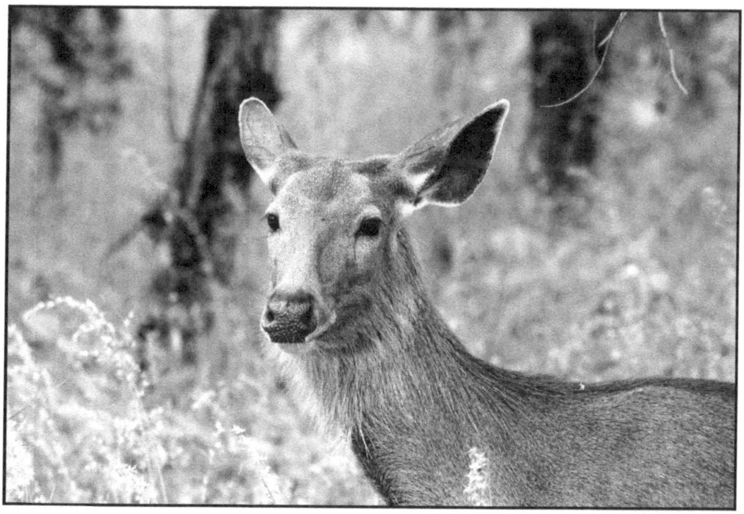

लावून आपणच आपले नुकसान करून घेत असतो याची जाणीवच जणू मेलेली आहे.

परतीच्या प्रवासात छत्रसाल राजाचा किल्ला आणि मस्तानी महाल झाशीकडे येताना दिसला आणि बाजीराव-मस्तानीचा इतिहास डोळ्यांसमोरून सरकतोय तोच समोर होता लक्ष्मीबाईंचा झांशीचा किल्ला. याबद्दल पुढील लेखात भेटूया.

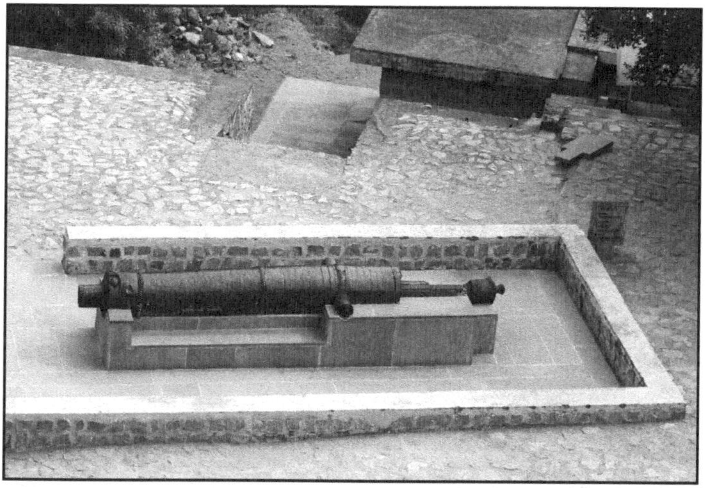

२८. इतिहासाचे साक्षीदार

फोटो हा कधीच वर्तमानकाळ दर्शवत नाही. गोष्ट घडताना तिचे चित्रण करून घटनेच्या इतिहासाचा साक्षीदार असतो फोटो. तो कधी खोटे बोलत नाही. कल्पनेतून फोटो साकारता येत नाही तर घडणाऱ्या गोष्टीकडे वेगवेगळ्या नजरेतून तो जन्म घेतो. फोटो घटनेचा साक्षीदार असतो; नव्हे तसा तो असलाच पाहिजे. कला ही मानवाचे जीवन अस्तित्वात आणणारी, जीवनाची मानवी मिती शक्य करणारी मूलभूत गोष्ट आहे. भाषेतून विचार वाटून घेता येतात आणि कलामाध्यमातून भावना समजतात. म्हणजेच भावनेचा उच्चार, भावनेचा शब्द, समजून घेणे आणि सहभागी होणे. फोटोग्राफीची कला संवाद साधते. माणसाच्या अतिरिक्त ऊर्जेचा व्यय होण्यासाठी शोधून काढलेली युक्ती म्हणजेच कला. इतिहासाच्या पाऊलखुणांचे साक्षीदार असलेले गड किल्ले पहाताना याची जाणीव तीव्रतेने होते. गिरीपुत्र बोलू लागतात आणि दशदिशांतून काळ सांगतो मी होतो, मी आहे, मी असेन आणि एक संवाद सुरू होतो पाषाणाच्या

पायरीवरसुद्धा. ज्या पायरीवर माझी पावले उमटत आहेत तिथेच कधीतरी झाशीची राणी उभी होती या जाणिवेची अनुभूती त्याच ठिकाणी येते. झाशीच्या किल्ल्यातील स्वच्छता आणि त्याची सुंदरता पाहून महाराष्ट्रातील किल्ले उगाचच आठवत राहिले.

झाशी भारताच्या उत्तर प्रदेशातील एक ऐतिहासिक शहर. १६१३ साली राजा बिरसिंह देव याने या किल्ल्याची निर्मिती केली. महाराजा छत्रसाल यांच्याकडे हा किल्ला १७२९-१७४२च्या सुमारास होता. आणि लक्ष्मीबाई यांचा कार्यकालावधी १८४२ ते १८५८. त्यांचा जन्म १९ नोव्हेंबर १८२८ आणि मृत्यू १८ जून १८५८. या आधीच्या सोमवारी राणीचा जन्मदिवस येऊन गेला त्या निमित्ताने तिचे हे फोटोस्मरण.

खजुराहो आणि पन्ना एक मानवनिर्मित आणि एक निसर्गनिर्मित. फोटो काढताना दोन्हीकडे वेगळा आयाम आणि वेगळी नजर. झाशीत प्रवेश केला आणि महाराणी लक्ष्मीबाईंचा इतिहास किल्ला बोलू लागला. राणीचा जन्म काशीचा. वडील मोरोपंत तांबे, आई भागीरथी तांबे. तिचे माहेरचे नाव मनकर्णिका तांबे आणि टोपण नाव मनू. राणी ४ वर्षांची असताना तिची आई वारली. वडील बिठूरमध्ये पेशवा न्यायालयात काम करत होते. नंतर पेशव्यांनी मनूचा सांभाळ केला. राणीचा मुलगा दामोदरराव यांचा जन्म १८५१. पण तो जन्मानंतर ४ महिन्यांतच मरण पावला. राजा मुलाच्या मृत्यूनंतर खचून गेला आणि २१ नोव्हेंबर १८५३ रोजी त्यांचा मृत्यू झाला. राणी लक्ष्मीबाईंनी गंगाधरराव नेवाळकर यांच्या चुलत्याचा मुलगा आनंदराव याला दत्तक घेतले व त्याचे नाव दामोदरराव असेच ठेवले. मनकर्णिका हे नाव बदलून लक्ष्मीबाई ठेवण्यात आले होते व याच मनकर्णिका पुढे झाशीची राणी लक्ष्मीबाई या नावाने प्रसिद्ध झाल्या.

हा किल्ला १५ एकर परिसरात दिमाखात बांगिरा नावाच्या डोंगरावर आणि सुस्थितीत उभा आहे याचे खरंच कौतुक करावेसे वाटते. आमचा तिसरा डोळा मनाच्या साक्षीने इतिहास जिवंत करत होता. २२ बुरुज आणि दोन्ही बाजूला खंदक अशी रचना आहे किल्ल्याची. भिंतीत बसवलेले १० दरवाजे आणि ४ खिडक्या. आतमध्ये बारादरी, पंचमहल, शंकरगढ़, राणीचे पूजास्थान शिवमंदिर आणि गणेश मंदिर हे मराठी स्थापत्य कलेचे एक सुंदर उदाहरण आहे. राणीने जिथून किल्ल्याच्या बाहेर घोड्यावरून उडी घेतली ती जागा, कड़क बिजली तोफ इतिहासाचा चित्रपट उलगडत होती. तोफेची भव्यता पाहून कसे बरं ती चालवत असतील, असा प्रश्न मनाला स्पर्शून गेला. फाशीघर जे राजा गंगाधरच्या काळात वापरात होते ते पुढे राणीने बंद केले. तरीपण ते पहाताना मन विषण्ण झाले. एक वेगळाच संवाद साधला गेला.

सकाळची वेळ असल्याने रविकिरणे आपल्या हातांनी किल्ल्याला कुरवाळत

होती आणि किल्लापण प्रसन्न मुद्रेने त्याला प्रतिसाद देत होता. तिथे तो काळ पुन्हा साद घालत होता. बुरुजांचे चित्रण करताना त्याची भव्यता 'अहं रक्षामी' अशी साद घालत होती. राणीच्या सभेची जागा प्रकाश सावलीच्या खेळात झिम्मा खेळत होती. उगाचच आपण धन्य झालो असा भास होत होता. दगड बोलतात याची प्रचिती येत होती. किल्ल्यावर घडलेल्या प्रसंगाचे मूर्तीकारण सुरेख केलेले होते. बसमधून उतरलेल्या जागेपासून-प्रवेशद्वारापर्यंत आणि संपूर्ण किल्ल्यातील स्वच्छता नजरेत भरावी इतकी स्वच्छ होती. किल्ल्याला गराडा घालून बसलेले इतिहासाचे विक्रेते कुठेच दिसले नाहीत, ही खरोखरच आश्चर्य करण्यासारखी गोष्ट होती. स्थापत्य शास्त्रातील विशेषता; कमानी कमानीतून अधोरेखित होत होती. तसे पाहिले तर, फार कलाकुसर कुठेच नव्हती; पण किल्ला हा रक्षण करणारा पहारेदार असतो याची भव्यता किल्ल्याच्या बाहेरूनच त्याच्या अस्सलतेची साक्ष देत होती. खजुराहोत भावनेला साद घालणारी शिल्पे बघितली आणि इथे भावनेला ललकारणारी राणीची साद ऐकू येत होती. आपल्याकडील किल्ल्यांच्या पायऱ्यांची उंची इथल्यापेक्षा खूप उंच आहे याची जाणीव झाली. किल्ल्यातून फिरताना तिथे असलेले नकाशे आणि मार्गदर्शक फलक हे गाईडची गरजच भासू देत नव्हते. त्याचा एक फायदा नक्कीच झाला की आमचे मन राणी लक्ष्मीबाई आणि या किल्ल्यावर घडलेला इतिहास यातच विचारमग्न झाले होते. राणी आपल्यामागून ताठ मानेने फिरत आहे असा सतत भास होत होता, आणि 'मेरी झाशी नही दुंगी' हा आवाज कानात घुमत होता. ऐतिहासिक स्थळांचे चित्रण करताना त्या ठिकाणांचा मान राखून ते करावयाचे असते. अलीकडे जळी, स्थळी, पाषाणी 'तू इथे अन् मी तिथे' या लग्नपूर्व प्रेमकलेच्या कल्पनातीत चल आणि स्थिरचित्रणासाठी इथे मांडव घातलेला नव्हता ते पाहून बरे वाटले.

ऐतिहासिक वास्तूचे महत्त्व अबाधित राखणे हे आपलेच कर्तव्य नाही का? महाराष्ट्रात एका गडावरील स्वच्छ समाधीच्या फरशीकडे पाहून चौकशी केली असता समजले की, कोणी ब्रिटिश गव्हर्नर त्या ठिकाणी ब्रेक फास्ट करत असे व त्याचे श्वान त्या जागेवर बसत असे. एकदा ते श्वान परलोकवासी झाले, आणि त्याची ती समाधी होती. आजतागायत ब्रिटिशांनी त्यावेळी केलेल्या नियमानुसार ती समाधी स्वच्छ राखण्यासाठी ठरवलेली बिदागी अजून तिथून येते. धन्य ते श्वान आणि नियमाबरहुकूम वागणारा ब्रिटिश.

फोटोग्राफी ही कलात्मकता आणि कल्पनाशक्तीचा संगम आहे. केवळ पोटभरण्यासाठी कलेचा तमाशा करणे त्या कलेला बाजारू बनवतो. आपण साकारत

असलेली फोटोग्राफी ही आपल्या कल्पनाशक्तीचा उगम असेल आणि आपल्या कलेपुढे सर्वांनी नतमस्तक होऊन भावविभोर व्हावे असे सामर्थ्य कलाकारात असेल, तर तो कधीच कालौघाबरोबर वहात जात नाही. कारण, कलानिर्मितीचे त्याने व्रत घेतलेले असते. खजुराहो, पन्ना आणि झाशी फिरताना हे पदोपदी जाणवत होते. झाशी स्थानकाबाहेरील आणि आतील स्वच्छता पाहून स्वच्छता अभियानाचा परिणाम नक्कीच जाणवला आणि आमची गाडी, 'खुब लढी मर्दानी... ये तो झाशीवाली रानी थी'... असे गात गात प्रस्थानकर्ती झाली. पुढे लवकरच एका नवीन कलामाध्यमातून

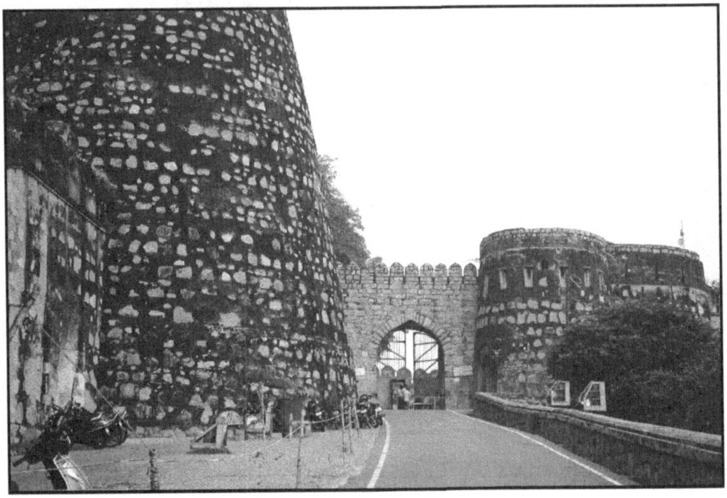

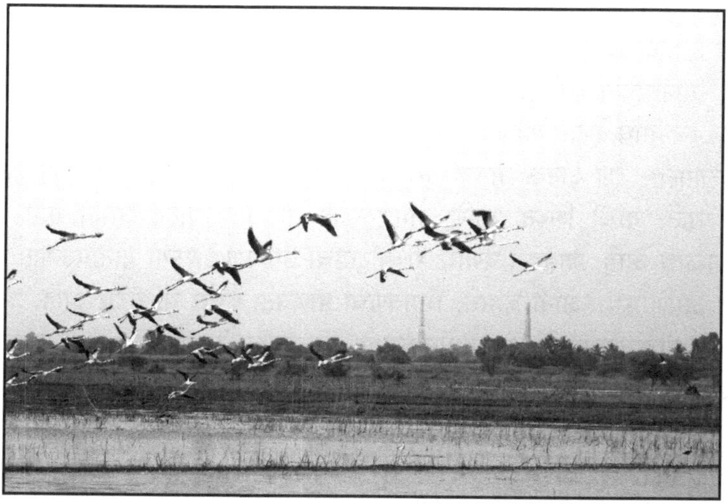

भेटूया.

२९. इथे फोटोंना कविता सुचतात...

'अशी पाखरे येती आणिक स्मृती ठेऊनी जाती'... हो ती येतात आणि आपण त्यांचा विहार फोटोबद्ध करण्यासाठी सिद्ध होतो व ते फोटोस्मृतीरूपे जन्म घेतात. पक्षांच्या अप्रतिम फोटोग्राफीसाठी नशिबाची साथ आणि आपल्या साधनांवरील प्रेम हे नेहमीच चमत्कार घडवत असते. गारवा सुरू झाला की जगाच्या कानाकोपऱ्यातून मजल-दरमजल करत विविध पक्षी आपल्या देशात येऊ लागतात. काही प्रजाती तर इतक्या दृश्य दुर्मीळ आहेत की, त्यांचे दर्शन ही आपल्या डोळ्यांना मेजवानी असते. फोटोसोहळाच असतो तो पक्षीसमारंभ. यात मनमोहक पक्षी असतो फ्लेमींगों सोबत आणि स्पूनबील, रेड नॅपड इबीस, रिव्हर टेर्न, ब्लॅक विंग्ड स्टील्ट, कोलारेड प्रॅटीनकोल, ग्रेट कार्मोरन्ट, स्पॉट बील्ड डक, स्पॉटेड सॅन्डपीपर, कर्ल्यू सॅन्डपीपर, रूडी शेलडक, नॉर्थन शॉव्हेलर, ब्लॅक हेडेड इबीस, बार हेडेड गूस, कॅस्पीअन प्लोवर, कॉमन कूट,

रोझी स्टर्लींग, एशीयन ओपनबील, रूफ, स्पॉटेड रेडशॅन्क, ग्लूसी इबीस, व्हिस्कर्ड टेर्न, सी गुल, पेरेग्रीन फाल्कन, वेस्टर्न यलो वॅगटेल, मार्श हॅरीयर, व्हाईट वॅगटेल, ब्लॅक टेल, गॉडवीट, वुली नेकेड स्टोर्क, कॉमन रींग्ड प्लोवर, लीटील रींग्ड प्लोवर, कॉमन पोचार्ड असे अनेक पाहुणे पाहुणचारासाठी येतात. नवीन पिढीला जन्म देतात आणि उन्हाळा जवळ आला की परत पुढच्या वर्षी लवकर या!

मानवाच्या चुकीमुळे पर्यावरणात झालेला बदल यावर्षी पावसाचा नाच दाखवता झाला. रजनीगंध देणारी शीतलता लांबणीवर पडली आणि यावेळी हे पाहुणे येण्यासाठी वेळ लागला. देश अनेक असले तरी यांना 'हे विश्वची माझे घर' ही उक्ती तंतोतंत लागू पडते. यांची शिस्त आणि वागणूक ही तर आपल्याला जगावे कसे याची पाठशाळाच आहे. बाहेरून येणारी ही सौंदर्याची उधळण इथल्या गोतावळ्यात संगम पावते आणि नभ पक्षांनी बहरते. भिगवणचा पाणवठा याचा साक्षीदार आहे. आपण फक्त मंत्रमुग्ध होतो आणि भान हरपून बसतो. आपल्याकडील स्थानिक पक्षी बुशलार्क, ग्रेट इग्रेट, कॅटल इग्रेट, लीटील इग्रेट, इंडीयन पॉन्ड हेरॉन, यलो वॅटल्ड लॅपविंग, रेड वॅटल्ड लॅपविंग, ग्रेटर स्पॉटेड इगल, वायर टेल्ड स्वॅलो, कॉमन ब्ल्यू किंगफीशर, इंडीअन नाईटजार, ब्लॅक क्राऊन नाईट, इंडीअन बुशलार्क, पेन्टेड स्टोर्क, ग्रे हॅरॉन, ब्राम्हणी काईट, शिक्रा, डार्टर, लीटील कॉर्मोरंट, परपल मुरहेन, कॉमन सॅन्डपायपर, रेड ॲवाडवॅट, ग्रीन बी इटर, एशीयन पाम स्वीफ्ट, क्रीस्टेड गॉशवॉक, गर्गेनी डक, कोम्ब डक असे विविध पक्षीगण फोटोकलेचा फोटोध्याय गाठतात. जोडीला चिमण्या, बदक, बगळे, करकोचे, टिटव्या असे रोज दिसणारे असंख्य पक्षी तर असतातच. 'आपण सारे भाऊ भाऊ, चारा सगळा वाटून खाऊ, गुण्यागोविंदाने एकत्र नांदू, योग्य वेळी पुन्हा आपापल्या घराकडे उडून जाऊ.' सहजीवनाची किती सुंदर शिकवण आहे ही. पक्ष्यांची नावे सविस्तर मुद्दामच सांगितली आहेत. आपल्याला करायची आहे फक्त युक्ती, नावाबरहुकूम त्यांना शोधण्याची.

पहाटेचे पाच वाजले होते. थंडीची गोड झुळूक शिरशिरी आणत होती, तरी मन माझे गुंतले होते त्या तरूतळी. ऐकले खूप होते, फोटोपण बघितले होते. प्रत्यक्ष दर्शन सोहळा हा तो आनंद त्रिगुणीत करणार होता. तन, मन आणि कॅमेरा पक्षीचिंब होणार यात कुठलीच शंका नव्हती. चिखल गालीचाला स्पर्श करीत दलदलीचे उटणे पायावर लेऊन आम्ही बोटीवर आगमन करते झालो. पहाटे पहाटे त्या जलाशयावर जी प्रसन्नता अनुभवास येत होती तिचे वर्णन अगदी समर्पकपणे 'ज्योती कलश झलके, हुए गुलाबी रंग सुनहरे, रंग दल बादलके' या गाण्यात दिसून येते. हेच गाणे गुणगुणत असताना बोटीने सुळकन जलाशयात प्रवेश केला आणि गरुड महाराज

आमचे स्वागत करत समोरील झाडावर विराजमान झाले. श्री विष्णूंचे वाहन ते. त्याची ऐट आणि दिमाख बघून एक क्षण कॅमेऱ्याचा विसर पडला. निसर्ग आपल्यासाठी किती देत असतो आणि आपण?

उडत्या पाखरांची फोटोग्राफी करताना कॅमेऱ्यात विशेष मोड दिलेला असतो. फास्ट टेली लेन्स असणे आवश्यक आहे. उत्तम दुर्बिण असेल तर चंगळच असते नयनांची. अवाक्षर न काढता शांततेने निरीक्षण करत हळूहळू पुढे सरकणाऱ्या बोटीतून फोटो काढताना कस लागतो. आमच्या बोटीचा नावाडी एक तरुण मुलगा होता. राहुल त्याचे नाव. मी त्याचे नाव पक्षांची पाठशाळा असेच ठेवले. खरं तर राहुलपेक्षा रोहीत हे नाव त्याला शोभून दिसावे इतकी त्याला नाव-गाव, वय, येणे-जाणे, जन्म-मृत्यू अशी प्रत्येक पक्षाची मुखोद्गत माहिती. त्याच्याकडून कोणता पक्षी कधी आणि कुठून येतो याची कॉमेन्ट्री ऐकताना आश्चर्य वाटत होते. कोणतेही शालेय शिक्षण न घेता इंग्रजी आणि मराठी नावासकट घडाघडा त्याचे बोलणे; पक्षीविश्वाचा पसारा अगदी सहज आमच्यासमोर उलगडत होता. कानांचा कानावरील विश्वास उडावा इतके ते सारे अद्भुत होते. सोबत, पक्षांचे फोटो कसे काढावेत हे ज्ञानपण आत्मसात केले होते पठ्ठयानी. आजूबाजूला, पाण्यावर, डोलकाठीवर वरील नावे सांगितली, त्यातील अनेकांनी हजेरी लावत नयनरम्य सोहळा सादरीकरण सुरू केले होते.

अंधाराचा पडदा वर सरकला. कॅमेऱ्याच्या शटरच्या आवाजाचे संगीत ताल धरू लागले.

प्रत्येक पक्षाची 'ऐकावे ते नवलच' अशी वैशिष्ट्यपूर्ण माहिती राहुल पुरवत असताना कॅमेऱ्याने पोज घेतली. डिजीटल फोटोग्राफीचा खरा फायदा इथे लक्षात येत होता. 'रोल संपला' हा प्रश्नच उरला नव्हता तेव्हा मनमुराद फोटोहौस भागत होती. कॅमेरा फोटोभूक चवदार फोटोदृश्य टिपत; फोटोक्षुधा शांत करण्यात मग्न झाला होता, आणि चवदार फोटो मिष्टांन्नात. 'याजसाठी केला होता अट्टाहास' फ्लेमींगोसाठी. गुलाबी चादरीचे थवे दृष्टीक्षेपात येत होते. 'कही दाग ना लग जाये'... असेच ते दृश्य आणि दिग्मुढ होणे म्हणजे काय याचाच तो दृश्यानुभव. निरव शांततेत पक्षीवाद्य झंकारत होती आणि पंख पखवाज फडफडत होता. ते वातावरण शब्दात मांडणे जितके कठीण तितकेच चित्रबद्ध करणे अवघड. 'काय टिपू आणि काय नको' हे ठरवताना मनाची एकाग्रता टिकविण्यासाठी फोटोयोग साधावा लागत होता.

हा पाणपक्षी फिनिकॉप्टेरीफॉर्मिस गणाच्या फिनिकॉप्टेरिडी कुळातला. हंसक असेही याचे नाव. सहा जाती. मोठा रोहित (फि. रोझियस), लहान रोहित (फि.

मायनर) या दोन आफ्रिका, युरोप आणि आशिया येथे, तर चिलियन रोहित (फि. चायलेन्सिस), प्यूना रोहित (फिनिकॉप्टेरस जेमेसी), अँडियन रोहित (फि. अँडिनस) व अमेरिकन रोहित (फि.रबर) अमेरिकेत. पंखांची काळी किनार आणि आतील पंखांचा ज्वालेसारखा भडक गुलाबी रंग उडताना नजरेत भरतो. यासाठी याला 'अग्निपंखी' असेही म्हणतात. आपल्याकडे मोठा रोहित (फि. रोझियस) व लहान रोहित (फि. मायनर) या जाती दिसतात. मोठा रोहित आकर्षक व उंची ११०ते १५० सें.मी. वजन २ ते ४ किलो. रंग गुलाबी पांढरा, पाय लांब, काटकुळे, गुलाबी. उंच नागमोडी मान, चोच गुलाबी जाडसर व पीळ मारल्यासारखी, शेपटी आखूड. नेहमी एकाच पायावर उभा. प्रौढ रोहितचा रंग फिकट गुलाबी ते चमकदार लाल असतो. अन्नाचा पुरवठा मुबलक असेल तर आरोग्य चांगले राहते आणि रंग जास्त गडद होतो.

प्रामुख्याने मचूळ पाणथळ जागा, उथळ पाण्याचे तलाव, दलदलीचे प्रदेश, सरोवरे व खाडी या ठिकाणी ते थव्याने येतात. चोचीच्या रचनेमुळे डोके, चोच पूर्णपणे पाण्यात बुडवून चिखलातील खाद्य गाळून घेतात. स्पिरुलिना शैवाल, पाणवनस्पती, बिया, डिंभ, पाणकीटक, लहान मासे, कोळंबी, खेकडे व शिंपले हे त्यांचे मुख्य खाद्य. सेवन केलेल्या प्राणी-प्लवंकातील व वनस्पती-प्लवंकातील कॅरोटिनॉइड प्रथिनांवर यकृतातील विकरांची प्रक्रिया होऊन त्यांचे विघटन होते आणि रंगद्रव्ये तयार होतात. या रंगद्रव्यांमुळेच त्यांच्या शरीराचा रंग गुलाबी दिसतो. आयु:काल ६० वर्षे अधिक. तो ७७ वर्षे जगल्याची नोंद आहे. त्यांचे इंग्रजीत आकार किंवा वक्राकार रचना करून हजारोंच्या संख्येने आकाशात उडतानाचे दृश्य विलोभनीय असते. समाजप्रिय असलेल्या त्यांच्या वसाहतीत हजारो पक्षी असतात. मोठ्या आकाराच्या वसाहतींमुळे त्यांचे भक्षकांपासून रक्षण, अन्नाचा पुरेपूर वापर आणि घरटी बांधण्यासाठी कमी उपलब्ध असलेल्या जागेचा कार्यक्षम वापर, ही उद्दिष्टे साध्य होतात. विणीचा हंगाम सुरू होण्याआधी या वसाहतींमध्ये १५ ते ५० पक्ष्यांचे गट तयार होतात. भारतात गुजरात राज्यातील कच्छच्या रणात विणीच्या हंगामात हे मोठ्या संख्येने जमतात. सप्टेंबर आणि ऑक्टोबरपासून व मार्च आणि एप्रिल हा त्यांच्या विणीचा हंगाम असतो. चिखलाच्या लहान गोळ्यांनी तयार केलेले रोहित पक्ष्याचे घरटे वरच्या बाजूस खळगा असलेल्या शंकूच्यासारखे दिसते. मादी घरट्यात एक निळसर रंगाचे अंडे घालते. जवळजवळ महिनाभर ते अंडे नर-मादी मिळून उबवितात. पिलाचा रंग भुरकट लाल असून पिलाचे संगोपन नर आणि मादी मिळून करतात.

भारतात मोठा रोहित व लहान रोहित दोन्हीही आढळतात. महाराष्ट्रात दरवर्षी

ऑक्टोबर पासून मे महिन्यापर्यंत हे पक्षी पाहायला मिळतात. हजारो किलोमीटरचा प्रवास करून हे पक्षी उजनी जलाशय, भिगवण, शिवडी, नवी मुंबई, डिकसळ पूल, तक्रारवाडी अशा जलाशयाच्या ठिकाणी येतात. समोर पाण्यामध्ये शिस्तबद्ध हालचाल करत व भक्ष्य पकडण्यासाठी पवित्रा घेत त्यांची कवायत फोटोबद्ध करताना भान हरपत होते. सोबतीला सिगल, राखी बगळा, करकोचा, काळा शेराटी, पेंटेड स्टॉर्क, पाणकोंबड्या, तूतवार तापस करामती करत होते. पक्षी पाहण्याची आणि फोटोग्राफी करण्याची ही सफर संपूच नये असे वाटत असतानाच उन्हे वर येत होती. आकाशात पक्षी पमरमरेशनचे समूहनृत्य फोटोस्नान करत असतानाच बोट परतीच्या वाटेवर निघाली.

दृष्टी आणि मन समृद्ध झाले होते, असा निसर्गातील आविष्कार होता तो. याच जलाशयात सापडणारे चिलापी हे चविष्ट मासे मत्स्यप्रेमींच्या जीव्हासौख्यासाठी वाट बघत होते. जड पावलांनी बोटीतून उतरताना पुढील जानेवारी महिन्यात पुन्हा येण्याचे सगळ्यांनी एकमुखाने ठरवले. एकाच ठिकाणी परत जाणे उत्तम फोटोग्राफीसाठी एक नामी युक्ती आहे. आमच्या वांगणी येथील आऊटडोअर शिबिराची पारायणे झाली आहेत, तरी प्रत्येक खेपेला नवीन फोटोविश्व उभे रहाते ते कसे, ते सांगेन पुढच्या भेटीत.

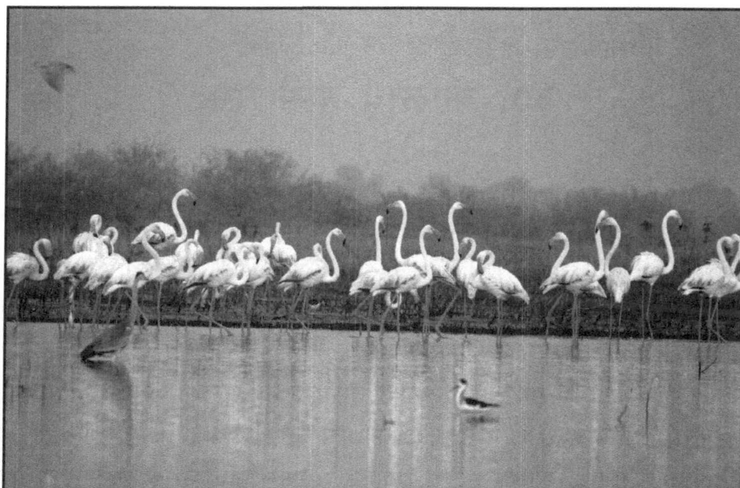

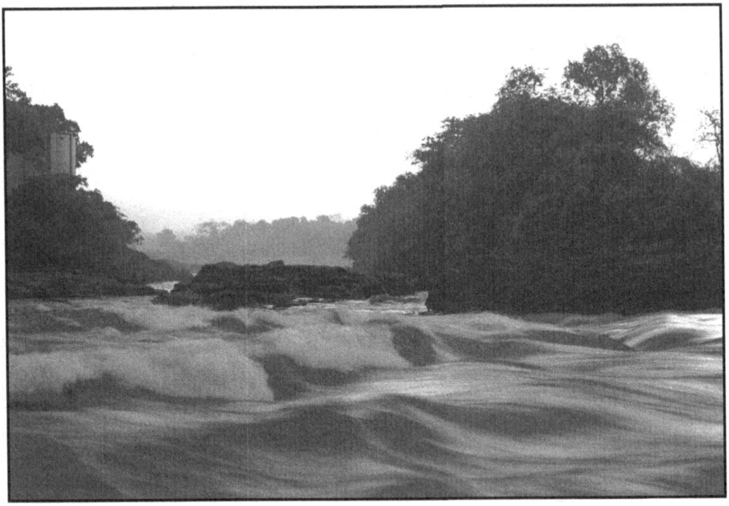

जय पक्षीसाम्राज्य, जय रोहित, जय फोटोग्राफी.

३०. कालाय तस्मै नमः

ऋतुचक्र चक्राकार आपले वर्तूळ पूर्ण करीत असताना प्रत्येक ऋतूची एक आगळी वेगळी ऋचा लिहीत असते. फोटोग्राफीचे शिक्षण या चक्राच्या सान्निध्यात प्रत्यक्ष सहभागी होऊन शिकताना नजरेचे आणि मनाचे कंगोरे निसर्गाधीन कधी होतात ते समजतच नाही. निसर्ग तसा सगळीकडेच विहार करीत असतो. काही विशिष्ट ठिकाणी तो वेगळा भासण्यात मानवाची कल्पना निश्चितच एक वेगळे निसर्गविश्व निर्मिण्यात सहभागी होते. याचे उदाहरण आमचे वांगणी येथील 'निसर्ग पर्यटन आणि फोटोग्राफीचे शिबिर.' साधारण दहा एकरात अगदी निगुतीने जपलेले ढोणे येथील निसर्ग फार्म हाऊसबद्दल वर्णन करताना याचे निर्माते मोरे सर बोलत रहातात, आणि आपण त्या निसर्ग किर्तनाचे भक्त कधी होतो ते समजतच नाही. शेती व गुलाब फुलाविषयी त्यांनी केलेले संशोधन आपल्याला अचंबित करते. स्वतः जन्माला

घातलेल्या गुलाबांची नावे माननीय अब्दुल कलाम गुलाब, इंदिरा गांधी गुलाब अशी भारतातल्या नामवंतांच्या नावाने नामकरण करण्याची त्यांची कल्पना निश्चितच कौतुकास्पद! अनेक सन्मानाने गौरविलेल्या या श्री. चंद्रकांत मोरे गुलाबराजाचा नम्रपणा आणि खतापासून शेतीपर्यंत माहिती देताना ती ऐकताना फोटोग्राफीचा छंद नकळत या फुला–फळांशी निसर्ग सान्निध्यात बहरत आला त्याची ही कहाणी.

सकाळचे साधारण नऊ वाजत आले होते. वांगणी स्थानकावर आमची फोटोसेना उत्साहात अवतरली. छोट्याशय्या प्रवासानंतर निसर्ग फार्म हाऊसवर प्रवेश करताच, 'तुला न कळले मला न कळले' असे फोटोंचे धागे जुळले... 'आ' वासून प्रत्येकजण आपण मुंबईच्या इतक्या जवळ असूनही दूर कुठेतरी निरव शांततेत असल्याचा अनुभव घेत होता. प्रसन्न सकाळी गरम गरम उपमा आणि चहाचा स्वाद घेता घेता फोटोगप्पा रंगात आल्या होत्या. सोबतीच्या सामानाची व्यवस्था लावून फोटोरेकी करण्यासाठी आपण जाणार आहोत कॅमेरा न घेता, हे समजल्यावर काहीसे आश्चर्यचकित चेहरे पदभ्रमंतीसाठी सिद्ध झाले. मुलींची संख्या जास्त होती तरीही गप्पा मारणे या आवडीच्या गोष्टीला वळसा घालून ही फोटोरेकी काय बरे, अशी विचारणा सुरू झाली. समजवण्यापेक्षा अनुभवणे मोलाचे असल्याने सगळे डोळे आणि कान उघडे ठेवून सृष्टीचित्रसंगीत ऐकण्यासाठी तन्मयतेने सभोवार निरीक्षण करण्यासाठी मनोमग्न झाले. कॅमेरा सोबत न घेता, फोटो काढण्यासाठी आपण केलेला गृहपाठ होता तो. निसर्गात स्वतःच्या नावाची अक्षरे शोधण्यासाठी दिलेला प्रश्न सोडवण्यात सगळे वेडावले होते. मला 'ए' सापडला मला 'आर' सापडला असे करता करता एक वेगळे फोटोविश्वपुस्तक पानामागून पान उलगडत होते. एखाद्या लहान मुलाचं कसं होतं ना..खूप आवडीचा खाऊ खाताना.. तसं झालं काहीसं.......

संत रामदासांच्या, 'गर्वगाणे गाऊ नये, गातां गातां गळों नये, गौप्य गुज गर्जो नये, गुण गावे'. या ओळी आपण निसर्ग सागरापुढे किती खुजे आहोत याचीच जाणीव करून देत होत्या. 'अनुभवाशी प्रामाणिक रहा व स्वतःची अभिरुची साक्षी ठेवून बघा. कुठलीही मळलेली पायवाट नको तर, तुम्ही तुमची वाट शोधा. ही भूमी एवढी विशाल आहे की, नव्या वाटेसाठी तिच्यावर नित्य नवे चित्र उमटत असते. कोणासारखे फोटो काढण्यासाठी फिरू नका. स्वतःला दिसणारा फोटो ओळखण्यासाठी फिरा.' अशी वाक्ये कानावर पडली आणि खरंच फोटोरेकी करणे म्हणजे फोटो काढण्यापूर्वी तो डोळ्यांना दिसणे आणि मनाने वाचणे काय असते, ते अनुभवत असतानाच जेवणाची वेळ झाली. सागुतीने करून निगुतीने वाढलेले अन्नब्रह्म क्षुधाशांती करण्यासाठी मग्न झाले आणि 'उदरभरण नोहे जाणीजे यज्ञकर्म' का म्हटले आहे याची

जाणीव झाली.

संध्यासमई आमचा तिसरा अक्ष घेऊन सगळेजण फुलांच्या बगिच्याकडे निघालो. वाटेत तरण तलावावर थोडे फोटोनृत्य करत फुलबागेकडे आलो आणि सकाळी बघितलेली फुले आणि निसर्ग, संधिप्रकाशात वेगळाच भासत होता. रंग तेच; पण थोडे अधिक खुलून आले होते. रंगांना सुवास असतो हे प्रथमच जाणवत होते. प्रकाशाच्या विविध काळाचा उपयोग अप्रतिम प्रकाशचित्रासाठी कसा होऊ शकतो, या युक्तीचे 'अपॅक'तर्फे दिलेले हे शिक्षण फोटोकलेतील एक नवीन दालन उघडत होते. सर्व फोटोमित्र वेगवेगळ्या पद्धतीने फोटोसंगीत वाजवण्यात तल्लीन झाले होते. सकाळी केलेले परीक्षण किती उपयोगाचे होते हे त्यांच्या लक्षात आले होते. सूर्यास्ताच्या समयी तर इतके जण असून, तिथे फोटोस्तब्धता फक्त कॅमेऱ्याच्या कळीचे गाणे गात होती.

उजेडात आपण फोटो काढतो; पण काळोखात फोटो काढायला जायचंय असे सांगण्यात आले. हे कसे जमणार, या साशंकतेतच कॅमेरा आणि त्याचे तीन पाय घेऊन साशंक मनानेच तरंगत्या घरापाशी आलो. डोळ्यांची भोके केली तरी समोरचे दिसत नव्हते यात फोटो काय कर्म निघणार? शुद्ध वेडेपणाच वाटत होता. दूर कुठेतरी अंधूक प्रकाशाचे मिणमिणणे जाणवत होते. तरीपण फोटो कसे येणार? कदाचित फ्लॅशचा वापर करणार असतील असा विचार आला तोच, 'कॅमेरा ट्रायपॉडवर लावा' 'फ्लॅश वापरायचा नाही' अशी आज्ञा आली. संभ्रमित अवस्थेत कॅमेरे स्थानापन्न झाले आणि पुढे जे घडले ते बघून सगळेच फोटोस्तिमित झाले. 'पेंटींग वुईथ लाईट' ही यापुढची युक्ती तर भन्नाट होती. कॅमेरा कॅन्व्हॉस, लेन्स ब्रश आणि रंग प्रकाश यांचा अनुभव घेत काढलेले प्रकाशचित्र आठवतच निद्रादेवीच्या सान्निध्यात कधी गेलो ते समजलेच नाही.

किर्र अंधारात पहाटेच्या आधी आमची पावले सावकाश मार्गक्रमण करीत होती. कानावर पाण्याचा खळखळता आवाज आला आणि समाधी भंग पावली. काळ्याभोर खडकावर उल्हास नदीच्या काठी आम्ही निरभ्र आकाशात चांदण्या मोजत होतो. रात्रीच्या अनुभवावरून इतक्या काळोखात थंडीत कुडकुडत झोप मोडून का आलो आहोत, हे विचारावेसे वाटले नाही. साधारण साडेपाच वाजायला आले आणि आम्ही एका वेगळ्याच रंगानुभूतीचा अनुभव घेत होतो. निळाईने आभाळ व्यापले आणि निद्रादेवीने पलायन केले. चपळतेने फोटोग्राफी करत असताना प्रकाशाचा मागोवा घेत असताना कॅमेऱ्याचे सेटींग सतत बदलून फोटोत रंग कसे भरता येतात त्याचे प्रात्यक्षिक होते ते. रजनीरंगात हळूहळू एक एक गोष्टी दृश्य-सदृश्य होत होत्या.

सूर्यबिंब मोहवत असतानाच बगळ्यांचे थवे आपल्या पांढऱ्याशुभ्र रंगांनी जणू पहाटेला गंध लावत होते. 'मंत्रमुग्ध' हा शब्दपण कमी पडावा असा तो क्षण होता. नदी दुथडी वहात; गाणे गात होती आणि आम्ही ती अविश्वसनीय दृश्ये आत्मविश्वासाने टिपत होतो. सोनेरी किरणांची ती जादू आणि तिची जादुगिरी फोटोत टिपण्याची प्रत्येकाला ओढ लागलेली होती. झाडे, पाने, फुले, पक्षी इतकेच काय तर तो नदीकिनारा ते खडक आणि अगदी पायवाट व मातीसुद्धा वेगळीच भासत होती. इतकी की, काल फोटोरेकी करताना आपण इथेच आलो होतो का, अशी शंका यावी. बगळे ब्रेकफास्ट करीत होते आणि कावळे चुकून काही आपल्या मुखी पडेल का, या आशाळभूतपणे त्यांना सोबत करत होते. कृष्णधवलांचा तो खेळ फोटोत रंग भरत होता. काल रात्री बघितलेल्या तरंगत्या घराभोवती बदकांची कवायत-मॉर्निंग 'पोह चाल' करत होती. पहाटपूर्व, पहाटे आणि उजाडता उजाडता खेळलेली ती रंगपंचमी आयुष्यात अनुभवता आली, चित्रबद्ध करता आली याचा आनंद प्रत्येकाच्या चेहऱ्यावरून ओसंडत होता. वहाते पाणी, उडणारे पक्षी, नि:शब्द दगड, कमळे आणि अचानक दृष्टीस पडलेला तो गरुड पक्षी मनात साठवत असताना कवियत्री इंदिरा संतांच्या ओळी अलगद अधरावर थिरकल्या,

'अलवार वाजवित वेणू, तो स्वप्नफुलांवर आला, अन् रंग सावळा माझ्या, डोळ्यांवर सोडून गेला'...

'क्षितिजावर निळसर रेघा, गोंदून जराश्या हलक्या, सांजेचे लेऊन पंख, तो

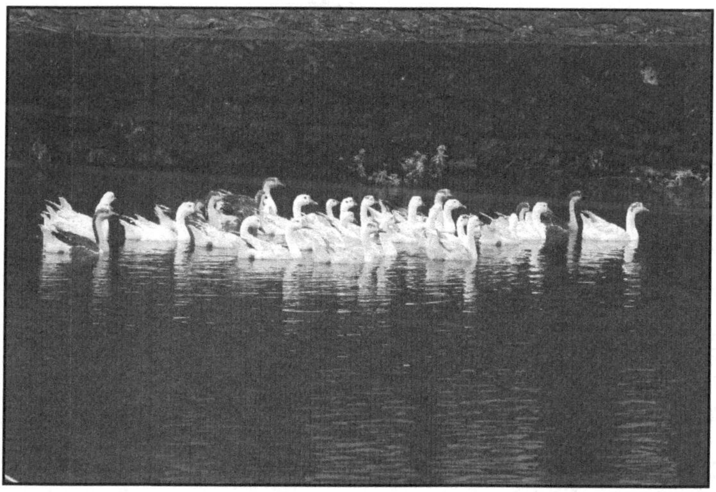

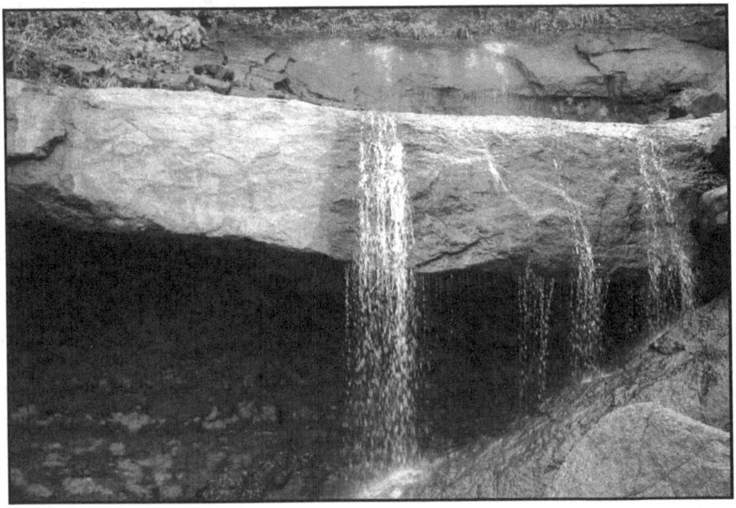

कृष्ण किनारी आला.'...

३१. यमन

'मेघ यमन' असा रंगतो की कणखर सह्याद्रीच्या कुशीतून खेळ खेळतात जलधारा, उडी मारत कडे-कपारीतुनी, अभिषेक हा धारेधरा. धबधबा म्हटले की, लहानांपासून थोर सगळेच सवंगडी पाण्याशी एकरूप होण्याकरिता एका पायावर हुडकू लागतात. पाणी मग ती, नदी असो की समुद्र, तलाव असो की ओढा, आणि झरा असो की धबधबा, ज्याला पाहून मनात आनंद उचंबळून येत नाही अशी व्यक्ती विरळच! जगात सर्व जिवंत गोष्टींना प्रिय असणारी प्रथम गोष्ट म्हणजे पाणी. जन्मापासून मृत्युपर्यंत आणि नामकरणापासून ते तर्पणापर्यंत पाण्याला पर्याय नाही. पिण्याचे पाणी याचे तर विविध प्रकार मानवाने निर्मिले. काही एक वर्षांपूर्वी पाणी विकणे म्हणजे पाप समजले जात असे. शहराकडे नळ आणि गावाकडे नदी, तलाव आणि विहिरी यापलीकडे पाणी मिळण्यासाठी माध्यम उपलब्ध नव्हते. कदाचित त्यामुळेच निसर्गाच्या

सान्निध्यात रिमझिमणारा पाऊस आवडणे आणि त्यात चिंब नहाणे याची मजा औरच! पाणी संथ असते, पाणी वाहते आणि पाणी कोसळते तसेच आपले मन संथ असते तेव्हा विचार करते, वहाते तेव्हा संचार करते आणि कोसळते तेव्हा चिंब भिजवते जलधारेप्रमाणे! साचलेल्या पाण्यावर शेवाळे चढते तसेच मनात साठवून ठेवलेले विचार गंजून जातात. 'जगावेगळं जगायचं' असेल तर पाणी होता आले पाहिजे. सदा प्रवाही. फोटोग्राफीचा छंद हा असाच आहे, सतत नवीन कल्पनाशक्तीचा वापर आणि कलेची नाव मनजलात तरंगू लागली, तर नवे किनारे आणि नव्या वाटा स्वागताला सामोऱ्या येतात. 'ध' धारेतला आणि 'ब' बरसण्यातला असा कोसळतो, म्हणून दोन वेळा 'ध ब ध बा'.....

कर्जत स्थानकात गाडीने प्रवेश केला आणि उत्साहातच सगळा प्रवाह स्थानकावर उतरला. तिनचाकी काळी पिवळी बदके आमची वाटच बघत होती. 'व्हर्जीन वॉटर फॉल' या नावातच नावीन्याची उत्सुकता होती. आपल्या दुडक्या चालीत आमची वहाने सारथ्याने सुरक्षित ईप्सित स्थळी आगमनकर्ती केली. प्रथम मस्त उपवासाचे पदार्थ आणि सोबत गरमागरम पोह्याची खबर घेतली. पाटील काकांचे कुटुंब आमची सर्व काळजी इतकी छान घेत होते की, आम्ही त्यांच्या कुटुंबाचे सभासदत्व कधी मिळवले ते समजलेच नाही. संख्याशास्त्राच्या गमतीजमती ऐकताना वेळ कसा गेला समजलेच नाही. आठ वाजले आणि आठवण झाली; आपण इथे कशासाठी आलो आहोत त्याची. छत्रचामरे सज्ज करून कॅमेरे पदकाप्रमाणे विराजमान झाले. विविध प्रकारच्या लेन्स आणि खास वाहत्या पाण्याला चित्रपाणी बनवण्याची किमया साधणारे कॅमेऱ्याचे मोड यांची उजळणी झाली. सुरू झाला आमचा चिखली रॅम्प वॉक वळणा-वळणांच्या पदपथावरून.

सृष्टी अष्टांगाने सृजनशीलतेने नटून मोहरते म्हणजे 'शालू हिरवा पाचुनी मरवा' या गाण्याची आठवण होते आणि 'थेंब थेंब तळ्यात नाचती रे, टप टप पानात वाजती रे, पावसाच्या रेघात खेळ खेळू दोघांत, कॅमेऱ्या सवंगड्या नाच' असे म्हणत विविध अंगांनी निसर्गाला भेटण्यासाठी आमची पदकमले थिरकू लागली. आपण ऐकतो, वाचतो आणि बघतो यात क्रमाक्रमाने फोटोविषयाची जाणीव समृद्ध होत असते. चार भिंतीच्या बाहेर पडून निसर्गाच्या कुशीत विसावण्याची युक्ती आपल्याला निसर्ग म्हणजे नेमके काय, याची जाणीव करून देत असते. फोटो काढणे आणि फोटो दिसणे यापेक्षा फोटो जाणवणे हे फोटोकाराचे विशेष लक्षण आहे. तसं बघितल तर सभोवताली झाडे, डोंगर, पाने, फुले, पाणी दगड आणि माती. पण आपण फोटोग्राफीचा छंद जपताना निवडलेली वेळ अतिशय महत्त्वाची असते. सकाळच्या कोवळ्या किरणात

निसर्गाला एक वेगळा बहर तर आलेलाच असतो, आणि निसर्ग रंगांच्या खेळात एक छान दिलखुलास मंद मधुर हास्य जाणवते. निसर्गगाणे ऐकू येऊ लागते आणि 'आ' वासून आपली कळी खुलते.

तलावाच्या काठी रमतगमत फोटो काढत एक वाकडी वाट मागे सारली आणि समोरचे दृश्य दृष्ट लागावी इतके सुंदर दिसत होते. खरेतर 'सुंदर' हा शब्दपण तोकडा पडत होता त्याचे वर्णन करायला. 'व्हर्जिन वॉटर फॉल' खरोखरंच नावाप्रमाणे व्हर्जिन भासत होता; नव्हे तसाच तो होता. सृष्टीचित्रकाराने नभांगणावर रंगांची अशी काही उधळण केलेली होती की एक क्षण कॅमेरा बाजूला ठेऊन स्तब्ध उभे राहीले मी. खूप वर्ष तपश्चर्या करून आपला लांबलचक शुभ्रकेशसंभार पर्वतराजाच्या शिखरावरून मोकळा सोडून तपस्वी पहुडले होते जणू. धारासंगीतात झरझरणारे ते पाणी, त्याचे तुषार आणि वाहता वारा. वारा जणू त्या शुभ्रधारांच्या तारांवरून हळूवार बोटे फिरवत कधी विणेचा झंकार करत होता तर कधी आपला आवेग दाखवत रुद्ररूपात रुद्रविणा छेडीत होता.

या 'ध ब ध ब्या'चे वैशिष्ट्य म्हणजे फोटो साकारण्यासाठी त्याच्या चारही बाजूंनी प्रदक्षिणा करता येत होती. आपल्या समोर उड्या मारत धावणारे तोय पाहून, आपण स्तिमित होऊन कॅमेऱ्याचे विविध सेटींग आणि आवश्यक तो ब्रश (लेन्स) वापरत फोटोत रंग भरण्यासाठी आसुसले होतो. आजूबाजूला असलेल्या कडे कपारी आणि लहान, मोठे, उंच आणि बुटके गिरीपुत्र (दगड) आम्हाला त्यांच्या खांद्यावर सहज बागडू देत होते. पक्षी गाणे गात होते, आणि कॅमेऱ्याच्या कळीचा आवाज त्यांच्या गाण्याला टाळ्या वाजवून प्रतिसाद देत होता.

फोटोग्राफीचा छंद साकारताना सवंगडी फोटोछंदी असतील तर फोटोमैफल रंगात येते. 'वन्स मोअर' म्हणता म्हणता; एकदा परत नव्याने निसर्गझरा ताल धरत असतो. वर बघून मान वाकडी झाली तरी तोंडाचा 'आ', आणि 'आ' करत समूहगायनात सामील कधी होतो ते समजतच नाही. हे निसर्गनृत्य करताना आपण कुठे घसरणार नाही याची काळजी घेणे अत्यावश्यक असते. फोटो काढणे जितके महत्त्वाचे त्यापेक्षा आपण उभे असलेली जागा मागे-पुढे होताना दिलेले लक्ष, सोबत घेतलेल्या उपकरणांची जाणीव उत्तम फोटोग्राफीसाठी आवश्यक आहे. इथे आतताईपणाला जागा नाही. आपली एक चूक अनेक गोष्टींच्या रंगाचा बेरंग करू शकते हे लक्षात ठेवून फोटो काढणे म्हणजे, समेवर आलेल्या गायकाला योग्य जागी दाद देण्यासारखे असते. 'फोटोग्राफी' म्हणण्यापेक्षा 'फोटोसंगीत' असा विचार केला तर, आपण काढलेले फोटो निरनिराळे राग रोज आळवत रहातील आणि आपण फोटोमग्न होऊन त्या

धुंदीची अनुभूती घेत राहू.

पाय निघत नव्हते म्हणून मन धबधब्यात भिजत ठेवले, आणि आम्ही कोरडे होऊन परत फिरलो. भान हरपणे म्हणजे काय, याचा अनुभव घेऊन निशःब्द झालेले सारे, भोजन समयी गप्पारंगात पुनःश्च रंगून गेले आणि तृप्त मनाने निसर्गदेवाचा आशीर्वाद घेऊन आम्ही परत पुढच्या फोटोस्थानाचा विचार करत करतच परतलो. आमच्या या फोटोमैफली पुन्हा उत्तरोत्तर रंगत जाणार याची खात्री सगळ्यांनाच पटलेली होती.

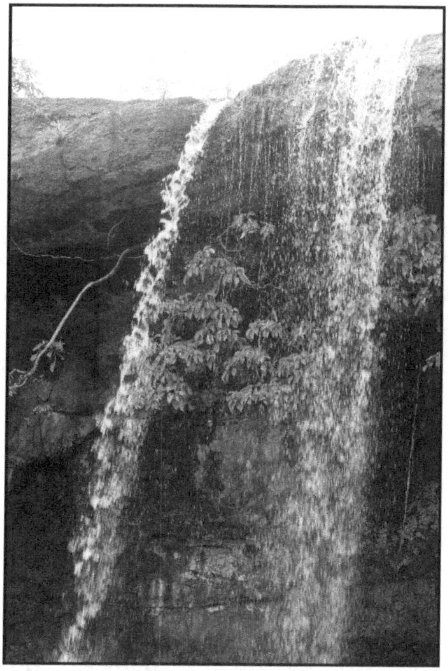

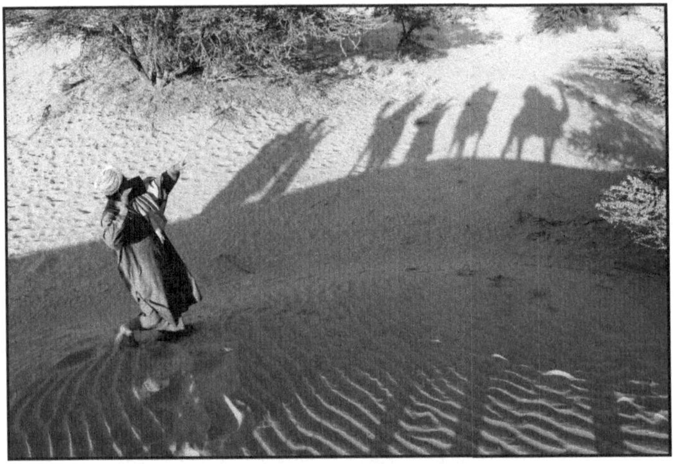

३२. फोटोअत्री

'अत्री', त्री म्हणजे तीन देह; स्थूल, सूक्ष्म, कारण. तीन अवस्था जागृती, सुषुप्ती, तुरीया. तीन गुण सत्त्व, रज, तम. तीन काळ भूत, वर्तमान, भविष्य. फोटो अत्री म्हणजे दृष्टी, लेन्स आणि प्रकाशाची त्रयी.

काळ धरून ठेवता येत नाही. तो अविरत पुढे जातच असतो. भविष्यात नेमके काय घडणार, याची प्रत्येकालाच ओढ असते. वर्तमानाला आपल्या कवेत घेऊन, त्याचा भूतकाळ बनवून भविष्यात अनेकांना मार्गदर्शक ठरणारी कला फोटोग्राफी. फोटोमध्ये काळाला पकडून ठेवण्याची कला आहे. आपल्याला कोणते क्षण नेमके का आणि कसे टिपायचे हे समजण्यासाठी तंत्रज्ञानाच्या या प्रगत काळात कळपाबाहेरच मेंढरू होता आले पाहिजे. एकदा का आपण ही युक्ती शिकून घेतली, तर आपण त्या क्षणांचे निरंतन साक्षीदार म्हणून चिरंजीव होतो.

'सा, रे, ग, म, प, ध, नी' फक्त या सातसुरांच्या माध्यमातून विविध रागांची निर्मिती झाली. तंत्रज्ञानाने त्यांना फक्त अंगीकारले; पण निर्माण करताना मात्र मानवाचे विचार आणि बुद्धी यांचा संगमच कारणीभूत ठरतो. 'फोटोट्रिक'च्या माध्यमातून आपण अनेक युक्त्या बघितल्या. युक्ती ही अशी गोष्ट आहे की तिला अंत नाही. प्रसंग आणि वेळ बघून अचानक आपण मार्ग शोधतो आणि नवीन काही निर्माण होत असते. या नवनिर्मितीतच दडलेले आहे, विज्ञान आणि त्याची प्रगती.

प्रख्यात गायक मेहंदी हसन यांनी एका कार्यक्रमात शेवटची गझल भूप रागात गाऊन (सा रे ग म ध सा) कार्यक्रमाची सांगता केली. पुढील कार्यक्रमाला जाताना तानपुऱ्यांला लावलेला शुद्ध धैवत गाडीच्या हादऱ्यामुळे उतरला. आता काय करावे, यामध्ये वेळ खूपच कमी होता. मग त्यांनी याच स्वरात नवीन राग रचला भूप अधिक कोमल धैवत = भूपेश्वरी. आहे की नाही विचार आणि युक्तीचा संगम. याच भुपेश्वरी रागात पुढे 'ढलता सूरज धिरे धिरे ढलता है ढल जायेगा' आणि 'मालवून टाक दीप' यांसारख्या अनेक अप्रतिम गाण्यांचा जन्म झाला.

जसे संगीतात सात सुरांची जादू आहे, तसेच फोटोग्राफीत सात रंगांची किमयागीरी आहे. शुभ्र धवल रंगातून माहीत असून पकडता येत नसलेले सात रंग कागदावर उतरवण्याची कला विज्ञानाने साध्य केली. 'ता, ना, पी, ही, नी, पा, जा' हे इंद्रधनुष्य मानवाने पेलले.

३५० ते ७०० नॅनोमीटरच्या प्रकाश लहरी ज्यांची कंपनसंख्या ४३० ते ७७० टेराहर्टज असते. एक हर्टज म्हणजे एका सेकंदात एक कंपन आणि एक टेरा म्हणजे एकावर बारा शून्य. या प्रचंड वेगाला पकडून काळाला बद्ध करण्यासाठी कॅमेरे सज्ज झाले. विचारांना धुमारे फुटले आणि विज्ञानाने डिजीटल क्रांती केली. ध्वनीलहरींचे विद्युत लहरीत रूपांतर करणे कधीच जमले होते. प्रकाश तरंगांचे विद्युत तरंगात रूपांतर करून 'चार्ज कपल डिव्हाईस' (C C D) म्हणजेच आपल्या मेमरी कार्डचा शोध लागला. अनंताला सूक्ष्मात सूक्ष्म जागेत साठवून कधीही आणि कुठेही प्रवाहित करण्याची ही कला; अंतराळयुगातून आज प्रत्येकाच्या हातात हस्तांतरीत झाली. कॅमेरा हा विविध रूपात जन्मला. फिक्स लेन्स, डि. एस. एल. आर., हाफ फ्रेम, फुल फ्रेम, मिरर लेस, गो प्रो, ड्रोन, सी.सी.टी.व्ही. आणि आपल्याला भ्रम लावणारा भ्रमणध्वनी. विज्ञान जितके सहज, स्वस्त उपलब्ध झाले, तसे या वारूवर स्वार होताना त्याला किती उधळू द्यायचे याचा सारासार विचार करून, तंत्रज्ञानाचा उपयोग आपण रोजच्या जीवनात नीट करू शकलो, तरच जीवन नेटके जगता येऊ शकेल.

मोबाईल प्रत्येकाने किती वेळ वापरावा यावर अमेरिकन ॲकेडमी ऑफ पेडियाट्रिक यांनी संशोधन केले. वय वर्षं दोन पर्यंत अजिबात नाही, वय तीन ते पाच वर्षं एक तास, वय दहा ते अठरा वर्षं दोन तास आणि यापुढे तीन ते चार तास योग्य आहेत हे संशोधन करून सिद्ध केलेले आहे.

आपण फक्त हे वाचतो, प्रत्यक्षात मोबाईलमधून बोलणे तर आता दूरच होत चालले आहे. मोबाईलपेक्षा फोटोबाईल हेच नाव योग्य वाटू शकते. फोटो काढणे ही कला आहे. कलेचे वेड असावे; पण कलेमुळे वेडे होऊ नये. निस्सीम कलेची भक्ती करा, कलेच्या विविध रूपांची आस धरा, ती तुम्हाला सर्वोच्च महानतेकडे घेऊन जाईल. तुम्हाला जाणवेल की सत्य आणि सौंदर्य एकच आहे. 'कलेचे सौंदर्य हे अंतिम सत्याचेच एक दैवी रूप आहे'... हे विचार आहेत मुंबईचे पहिले आधुनिक चित्रकार श्री.गोविंद माधव सोलेगावकर यांचे. या विचाराचे चिंतन आज प्रत्येक कलेमधील कलाकराने करण्यासाठी प्रयत्न केले पाहिजेत. फोटोग्राफीची कला किंवा छंद हा आपल्या आयुष्यात ऑक्सिजन सारखा असावा, ज्याच्यामुळे आपण जगत असलो तरी तो असेपर्यंत त्याचे अस्तित्व जाणवत नाही. मात्र, तो मिळेनासा झाला की आपली तडफड होते. उत्तम कलाकार होण्यासाठी अशी तडफड हवी. तोडमोड करून चित्रविचित्र फोटो आपण कधीच काढत नसतो. फोटो काढल्यानंतर त्यात बदल करावासा वाटणे म्हणजेच आपण फोटो काढताना चुकलो आहोत हे मान्य करण्यासारखेच आहे. चांगले फोटो म्हणजेच चांगला विचार असतो. स्वतःकडे साक्षीभावाने बघता येऊ लागले की, कुठेतरी दृष्टीला सृष्टी भेटते आणि कला समृद्ध होते. 'श्रीमंत व्हायचे की समृद्ध व्हायचे' हे ज्याचे त्यालाच ठरवावे लागते.

फोटो सॉफ्टवेअर ही आपली चूक झाली तर साहाय्य करणारे एक माध्यम आहे. कोणती सॉफ्टवेअर कशासाठी आहेत हे समजणे जसे आवश्यक असते, तसेच कॅमेरा हाताळण्याचे तंत्र व्यवस्थित शिकून घेतले आणि त्याला कल्पनेची जोड दिली की कल्पनाविष्कार साकारता येतो. मला आठवतो तो चित्रपट 'शिप ऑफ थीसस' अंध व्यक्ती विचारांच्या माध्यमातून आपल्या जाणिवा कशा विकसित करत असते हे या चित्रपटातील एका अंध मुलीच्या गोष्टीत छान सांगितलेले आहे. ती आंधळी असताना छान फोटोग्राफी करत असते. नेत्रदान केंद्रातून दृष्टी प्राप्त झाल्यावर मात्र तिची फोटोग्राफी करण्याची उमेद कशी नाहीशी होते, हे 'फोटो मनाला जाणवतो आणि कानाला ऐकू येतो' असे ते फोटोसंगीत आहे, हे आपल्याला मनोमन पटते. भविष्यात आपल्याला बोलणे आणि लिहीणे जमेल की नाही, इतपत आज आपण

तंत्रज्ञानाच्या आहारी गेलेलो आहोत. फोटो कॅमेऱ्याच्या माध्यमातून काढता येतो याचे विस्मरण होऊन त्यावर कर्मकांड केल्याशिवाय तो छान दिसूच शकत नाही हा विचार मूळ धरणे म्हणजेच आपला आपल्या कलेवरील विश्वास उडाल्यासारखेच आहे. मनुष्य समूहप्रिय आहे, कारण तो भित्रा आहे. जंगलात एक श्वान एकटे जाईल; पण माणसाला मात्र सोबत लागते. समूहप्रिय माणूस आता सोशलमीडिया प्रियतेकडे वाटचाल करत आहे. एखादा संदेश मीडियावर आला की तो विषय आपला असो किंवा नसो एक जत्थाच्या जत्था त्यावर बोलू लागतो. फोटोवर जणू वेगवेगळे चमत्कार करण्याची चढाओढच या कलेतील सौंदर्य तंत्रज्ञानात गुरफुटून टाकत आहे. यासाठीच आम्ही फक्त कॅमेऱ्याच्या माध्यमातून काढलेल्या फोटोंची 'फोटोफ्राय स्पर्धा' हे पहिले पाऊल उचललेले आहे. आणि २०१९ मावळतीकडे आणि २०२० उगवतीकडे वाटचाल करीत आहोत. येणारे प्रत्येक नवीन वर्षं जगभरात नवनवे संकल्प करतच सुरू होते. त्यातील अनेक संकल्प क्रमाक्रमाने उतरत्या भाजणीकडे वाटचाल करत असले, तरी दृढ निश्चय असेल तर काही संकल्प पूर्णत्वास जाऊन चढत्या भाजणीकडे वाटचाल करून नवनिर्मितीस चालना देतात. योग्य वेळी योग्य गोष्ट केली नाही तर तिचे महत्त्व कमी होते. याठिकाणी संत रामदासांचे विचार त्यांनी पुढील श्लोकातून मांडलेले आहेत. तो श्लोक इथे उधृत केल्याशिवाय रहावत नाही. या फोटोयुक्तीची सांगता या श्लोकाने करून एक नवीन फोटोकल्पना घेऊन लवकरच आपल्या वाचनभेटीला येत आहे.

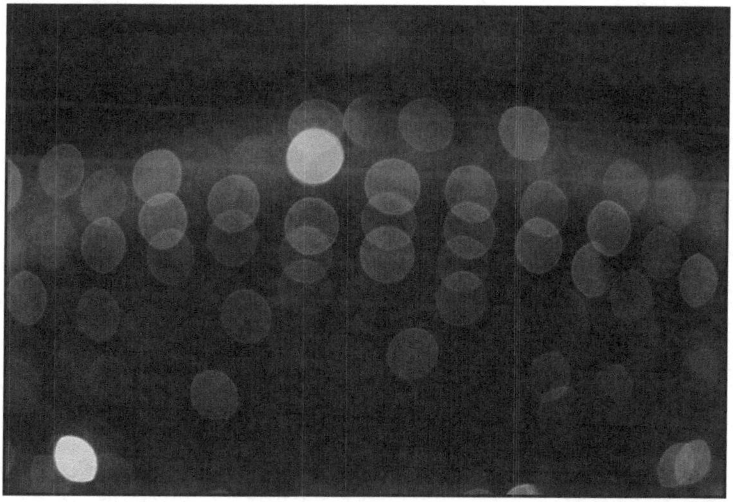

डोळे चिरीव चांगले । वृद्धपणी सरक्या जाले
वोले मातीचा भर्वसा । काय धरिती माणसा

मुख रसाळ चांगले । पुढे अवघे सुरकुतले
रम्य नासिक सरळें । सर्वकाळ पाणी गळे

कर्ण भुषणी सुंदर । पुढे जाहले बधीर
बरवी दंतांची पंगती ।परी ते उन्मळोनी जाती

अंगकांती होती बरी । जाली चिरकूटाचे परी
गर्व तारुण्याचा गेला। प्राणी दिनरूप झाला

रामी रामदास म्हणे । आता सावधान होणे।।